ஓரெண்டே... ரெண்டே...

நாவல்

இதயநிலவன்

பாரதி
புத்தகாலயம்

Orende... Rende... (in Tamil)

Idhayanilavan

First Published: October,2023

Published by

BHARATHI PUTHAKALAYAM

7, Elango Salai, Teynampet, Chennai - 600 018

Email: bharathiputhakalayam@gmail.com / www.thamizhbooks.com

ஓரெண்டே.... ரெண்டே....

இதயநிலவன்

முதல் பதிப்பு: அக்டோபர்,2023

வெளியீடு:

பாரதி புத்தகாலயம்

7, இளங்கோ சாலை, தேனாம்பேட்டை, சென்னை - 600 018.

தொலைபேசி : 044-24332424, 24330024 | விற்பனை: 24332924.

விற்பனை நிலையங்கள்

அருப்புக்கோட்டை: கதவுஎண் 49 A/4 மெயின் ரோடு, தெற்கு தெரு - 9994173551
ஈரோடு: 39: 39 ஸ்டேட் பாங்க் சாலை - 9245448353
கரூர்: நாரத கானசபா அருகில் (TNGEA OFFICE)- 9442706676
காரைக்குடி : 12, 2 வது தெரு, கம்பன் மணிமண்டபம் பின்புறம் - 9443406150
கும்பகோணம்: 352, ரயில் நிலையம் எதிரில் - 9443995061
குன்னூர்: N.K.N வணிக வளாகம் பெட்போர்ட்
கோவை: 77, மசக்காளிபாளையம் ரோடு, பீளமேடு - 8903707294
சிதம்பரம்: 22A / 18B தேரடி கடைத் தெரு, கீழவீதி அருகில் - 9994399347
செங்கல்பட்டு: 1 D ஜி. எஸ்.டி சாலை - 044 27426964
சேலம்: 15, வித்யாலயா சாலை சாலை
தஞ்சாவூர்: காந்திஜி வணிக வளாகம் காந்திஜி சாலை - 9655542400
திண்டுக்கல்: பேருந்து நிலையம் - 9942331105, 9976053719
திருச்சி: வெண்மணி இல்லம், கரூர் புறவழிச்சாலை - 9994289492
திருநெல்வேலி: 25கி, ராஜேந்திரநகர் - 9442149981
திருப்பூர்: 447, அவினாசி சாலை - 9486105018
திருவண்ணாமலை: முத்தம்மாள் நகர்
திருவல்லிக்கேணி: 48, தேரடி தெரு - 9444428358
திருவாரூர்: 35, நேதாஜி சாலை - 9442540543
நாகர்கோவில்: 699 கே.பி.ரோடு R.V.புரம் - 9443450111
நெய்வேலி: பேருந்து நிலையம் அருகில், - 9443659147
பழனி: பேருந்து நிலையம் அருகில் - 9442883696
பாண்டிச்சேரி : கிழக்கு கடற்கரைச்சாலை, இலாசுப்பேட்டை, 9486102777
பெரம்பூர்: 52, கூக்ஸ் ரோடு - 9444373716
மதுரை: 37A, பெரியார் பேருந்து நிலையம் - 045 22324674
மதுரை: சர்வோதயா மெயின்ரோடு
வடபழனி: பேருந்து நிலையம் எதிரில் அடையார் ஆனந்தபவன் மாடியில் - 9444476967
விருதுநகர்: 131, கச்சேரி சாலை - 0456 2245300
வேலூர்: பேஸ் III, சத்துவாச்சாரி - 9442553893

நினைத்த நூல்கள்... நினைத்த நேரத்தில்... BharathiTV | www.bookday.in

thamizhbooks.com 8778073949

அச்சு : பிரிண்டெக், சென்னை - 600 005.

தேனி மாவட்டத்தின் தவிர்க்க முடியாத இலக்கிய ஆளுமையாக அறியப்படுபவர் எழுத்தாளர் இதயநிலவன். குறும்பட இயக்குநர், நடிகர், வசனகர்த்தா, உரைவீச்சாளர், சிறுகதையாளர், கவிஞர், நாவலாசிரியர் என பன்முகத்தன்மை கொண்டவர். இதுவரை ஆறு குறும்படங்கள், நான்கு கவிதை நூல்கள், இரண்டு சிறுகதை நூல்கள், ஒரு நாவல் என பதிமூன்று படைப்பாக்கங்களை தமிழிலக்கிய உலகுக்கு தமது பங்களிப்பாக வழங்கியுள்ளார். தோழர் இதயநிலவன் அவர்களின் இரண்டாவது நாவல்தான் உங்கள் கைகளில் தவழும் 'ஒரெண்டே... ரெண்டே'. பதினைந்து ஆண்டுகளுக்கும் மேலாக ஆசிரியப்பணியையும், இருபது ஆண்டுகளுக்கும் மேலான இலக்கிய, களப்பணிகளையும் ஆற்றிவரும் இதயநிலவனின் இந்த நாவல் மிக முக்கியமானது. அதுவும் தேசியக் கல்விக்கொள்கை குறித்த விவாதங்களின் மூலமாக கல்வியும், பள்ளிக்கூடமும் பேசுபொருளாக மாறியிருக்கும் இச்சூழலில் இந்த நாவல் வெளிவருவது மிகப் பொருத்தமானது.

குழந்தைகளின் கற்றல் முறைகள் பன்னிரண்டு வகைக்கும் மேலாகக் கல்வி ஆய்வாளர்களால் வகைப்படுத்தப்படுகிறது. சில குழந்தைகள் வாசிப்பதன் மூலமும், சில குழந்தைகள் கேட்டலின் மூலமும், சில குழந்தைகள் கலந்துரையாடலின் மூலமும், சில குழந்தைகள் விளையாட்டின் மூலமும், இன்னும் ஓவியம், ஆடல், பாடல் போன்ற கலைகளின் மூலமும் கற்றுக்கொள்கின்றன. நாம் இந்தக் கற்றல் முறைகளில் அதரப்பழசான சொற்பொழிவு முறையை மட்டுமே நம் வகுப்பறைகளில் வைத்துக்கொண்டிருக்கிறோம். கேள்விகளை அனுமதிக்காத, கலைகளும் - விளையாட்டும் நேரத்தை வீணடிக்கும் செயல்களாகவே பார்க்கும் போக்கை நாம் விடாப்பிடியாக பிடித்துக்கொண்டிருக்கிறோம்.

எழுத்தாளர் பிரபஞ்சன் சொல்வதைப்போல நாம் குழந்தைகளை வளர்ப்பதற்குப் பதிலாக ஏ.டி.எம். கார்டுகளை வளர்த்துக் கொண்டிருக்கிறோம். நமக்குத் தேவை ஒவ்வொரு மாதமும் உரசினால் வருமானம் தரும் ஒரு குழந்தை. அப்படி, வருமானம் தரப்போகும் ஒரு குழந்தைக்கு என்னவெல்லாம் வேண்டுமோ அதை மட்டுமே செய்வது என்ற அடிப்படையில்தான் கல்வியை இன்று நாம் பயன்படுத்தி வருகிறோம்.

இன்றைய குழந்தைகள் என்ன ஆகவேண்டும் என்பதை பெற்றோர்களின் ஏக்கமே தீர்மானிக்கிறது. பெற்றோர்களின் ஏக்கத்தை நம்மைச் சுற்றி நடக்கும் நிகழ்ச்சிகளும், ஊடகங்களும் திட்டமிட்டு உருவாக்குகின்றன. சமகால ஏக்கங்களுக்கு பலியாகின்றன நம் குழந்தைகள்.

பிராய்லர் கோழிப் பண்ணைகளைப்போல, குழந்தைகளை மதிப்பெண் கக்கும் இயந்திரங்களாக நம்மைப் பார்க்கப் பழக்கியிருக்கிறது இன்றைய கல்விமுறை. இன்றைய நம் கல்வியில் தயாரான பொறியியல் மாணவர்களில் வெறும் 17 சதவீதமும், நிர்வாக மாணவர்களில் வெறும் 10 சதவீதமும்தான் வேலைக்குத் தகுதியானவர்கள் என்ற அதிர்ச்சியான புள்ளி விவரத்தை 2014-ல் சி.ஐ.ஐ. நிறுவனம் 'இண்டியாஸ் கில் ரிப்போர்ட்'டில் வெளியிட்டுள்ளது. கல்வி என்பது மதிப்பெண்களையும், சான்றிதழையும் மட்டுமே சார்ந்ததாக மாற்றப்பட்டுள்ள, கல்வி வணிகமான சூழலில் நாம் வாழ்ந்து கொண்டிருக்கிறோம்.

வணிகமயக் கல்வி, உலகமயப் பொருளாதாரச்சூழல், தனியார் கல்விக் கொள்ளை... இவைகளைப் பற்றி நாம் பேசுகிற அளவிற்கு இப்பிரச்சனைகளுக்கிடையில் உழலும் அரசுப் பள்ளிகள் குறித்து போதுமான உரையாடல்கள் நடைபெறவில்லை. அந்தத் தேவையை இந்த நாவல் தன்னளவில் நிறைவு செய்துள்ளது.

கல்வியின் உள்ளடக்கம் சார்ந்த சிக்கல்களை விவாதிப்பது எவ்வளவு முக்கியமோ, அதே அளவு முக்கியத்துவம் வாய்ந்தது உள்ளடக்கத்தினை மாணவர்களுக்கு கடத்த வேண்டிய ஆசிரியர்களின் பணி சார்ந்த, நிர்வாகம் சார்ந்த சிக்கல்கள். அதிலும், மாணவர் எண்ணிக்கை மிகக் குறைவான ஈராசியர் பள்ளிகளின் துயரம் தனித்தன்மையானது. இதுவரை போதிய அளவுக்கு கவனம் பெறாமல் இருக்கும் ஆசிரியப்பணி சார்ந்த விஷயங்களை இந்நாவலின் விவாதப் பொருளாக மாற்றியிருக்கிறார் நாவலாசிரியர் இதயநிலவன்.

புனைவிலக்கியத்தில் பள்ளிக்கூடம், கல்வி குறித்து நிறைய சிறுகதைகள் எழுதப்பட்டுள்ளன. பா.செயப்பிரகாசம் அவர்களின் 'பள்ளிக்கூடம்', எஸ்.அர்ஷியா அவர்களின் 'கரும்பலகை' உள்ளிட்ட சில நாவல்களைத் தவிர, குறிப்பிடும்படியான நாவல்கள் எதுவும் வரவில்லை என்றே தோன்றுகிறது.

தமிழகத்தில் எல்லையோரம் அமைந்திருக்கும் தேனி மாவட்டத்தின் மிகச்சிறிய கிராமம் ஒன்றில் நூற்றாண்டு கண்ட பள்ளிதான் இந்நாவலின் கதைக்களம். பாலின சமத்துவம் மறுக்கப்படும் நமது குடும்பச்சூழலில் இருந்து கல்விபெற்று, எழுந்து வந்திருக்கும் பெண் ஒருத்திதான் கதையின் மையம். கவிதா எனும் கதாபாத்திரத்தை ஒட்டுமொத்த கிராமப்புற அரசுப் பள்ளி ஆசிரியர்களின் பிரதிநிதியாகப் பார்க்கலாம். கூடவே, பெண் ஆசிரியர்கள் சந்திக்கும் பிரத்யேகமான சூழலின் பிரதிநிதியாகவும் புரிந்துகொள்ளலாம்.

ஆங்கிலவழிக் கல்வி மீதான மக்கள் மோகம் ஒரு புறம்... தனியார் பள்ளிகளின் வணிகத் தந்திரங்கள் இன்னொருபுறம்... இந்த இரண்டிற்கும் மத்தியில் சிக்கித் தவிக்கும் அரசுப் பள்ளிகளில் பணியாற்றும் ஆசிரியர்களின் உலகத்தை இந்த நாவல் நம் கண் முன்னே விரித்துப் போடுகிறது.

கல்வியியல், மாணவர் உளவியல் என்று உலகக் கல்வி குறித்து பயிற்சி பெற்று, கனவுகளோடு பணிக்கு வரும் ஆசிரியர்கள் வெறும் நிர்வாகப் பணியாளர்களாக சுருங்கிப் போகும் சூழலை நமது அரசுப் பள்ளிகள் உருவாக்கி வருவதை சாதாரணச் சிக்கலாகப் பார்க்க முடியாது. எவ்வளவு நல்ல உள்ளடக்கம் கொண்ட பாடத்திட்டத்தை நாம் உருவாக்கினாலும், நெருக்கடி இல்லாத நிர்வாகத்தின்கீழ் பணிபுரியும் ஆசிரியர்களின் மனநிலை நல்ல கல்விச்சூழலுக்கு மிக மிக அவசியம். ஆசிரியர்கள் என்றால் அதிக சம்பளம் வாங்குபவர்கள் என்று சமூக ஊடகங்கள் உருவாக்கியிருக்கும் பிம்பத்திற்குப் பின்னால் இருக்கும், ஆசிரியப்பணியின் நிர்வாகச் சிக்கல்களை இந்த நாவல் மூலம் முன் வைத்திருக்கிறார் இதயநிலவன்.

இதயநிலவன் அவர்களின் எழுத்துகளில் எப்போதும் வெளிப்படும் எளிய மனிதர்களின் உரையாடல்கள், கதாபாத்திரங்களின் உளவியல் அம்சங்கள், காட்சிகளாக விரியும் பின்னணிச்சூழல் அனைத்தும் இந்த நாவலிலும் சிறப்பாக வந்திருக்கிறது. கூடுதலாக, அவர் தேர்வு செய்துள்ள கதைக்களம் மிகச்சிறப்பானது.

ஐம்பதற்கும் மேற்பட்ட உலகமொழிகளில் வெளிவந்த 'ஜன்னலில் ஒரு சிறுமி' ஜப்பானிய நாவலைக் கடந்து, கல்வி குறித்துப் பேசும் நாவல் எதுவும் தமிழில் இதுவரை வரவில்லை

என்றே சொல்லலாம். அரசுப் பள்ளிச் சூழலை விவாதப் பொருளாக மாற்றியிருக்கும் இதயநிலவனின் 'ஒரெண்டே.... ரெண்டே' நாவலை வாசிக்கும்போது, இந்த உரையாடல் புனைவுலகில் முன்னெடுக்கப்படும்போது, கல்வி குறித்த அற்புதமான நாவல்கள் விரைவில் வெளிவரும் என்ற நம்பிக்கை பிறக்கிறது.

வாழ்த்துகள் தோழர் இதயநிலவன்...

தோழமைடன்,

அ. உமர்பாரூக்

healerumar@gmail.com

தலைவர், தமிழ்நாடு முற்போக்கு எழுத்தாளர் கலைஞர்கள் சங்கம்,

அறம் கிளை.

முதல்வர் – கம்பம் அகாடமி ஆஃப் அக்குபங்சர்

அணிந்துரை..

தேனி, படைப்பாளிகளின் மண். படைப்பாளிகளுக்குப் பஞ்சமில்லாத மண். எழுத்தின் அத்தனைவித வகைமைகளுக்கும் "இதோ எங்களிடம் ஆள் இருக்கிறார்..." என நெஞ்சை நிமிர்த்திச் சொல்லும் மாவட்டம். கிட்டத்தட்ட கால் நூற்றாண்டுக்கும் மேலாக கவிஞர், குறும்பட இயக்குநர், திரைக்கதை, சிறுகதை எழுத்தாளர், நடிகர் எனப் பன்முக ஆளுமைகளில் வெளிப்பட்ட எங்கள் ஆசிரியர், தோழர் இதயநிலவன் அவர்களுக்கு இது இரண்டாவது நாவல்.

கதையில் இரண்டு பிரச்சனைகள் தீவிரமாகப் பேசப்படுகின்றன. இரண்டு பிரச்சனைகளுக்கும் இடையில் நின்று போராடுபவளாக கவிதா டீச்சர். முதலாவது பிரச்சனை குடும்பத்தில், இரண்டாவது பிரச்சனை ஆசிரியர் பணியில், பள்ளியில், கல்வியில்..!

குழந்தையின்மை காரணமாக குடும்பத்தில் ஏற்படும் குழப்பங்களை, சங்கடங்களை கவிதா மிகச் சிறப்பாகவே எதிர்கொண்டு கடந்து வந்தாலும்கூட காலம் அவளுக்கு அடுத்தடுத்த தடைகளை ஏற்படுத்திக்கொண்டுதான் இருக்கிறது. காலப்போக்கில் பிரச்சனைகள் அவளது வாழ்வில் இயல்பான அங்கமாக மாறிவிடுகின்றன. தைரியமாக அவற்றைச் சந்திக்கும் மனநிலைக்கு கவிதா தன்னை தயார்படுத்திக் கொள்கிறாள்.

குழந்தைகளின் கற்றல் அடைவுகளில், நடத்தையில், பள்ளி நிர்வாகத்தில், ஆசிரியர் பணியில், கல்வித் துறையில் என ஆயிரக்கணக்கான பிரச்சனைகளுக்கு இடையில்தான் இன்று கற்றலும் கற்பித்தலும் நடந்துகொண்டிருக்கின்றன. வெளி மாவட்டத்தில் பணி புரியும் கவிதா அரசியல் சிபாரிசு, மேலும் தேவையானவற்றையும் கொடுத்து சொந்த மாவட்டத்திற்குப் பணி மாறுதல் பெற்று வருவதில் வேகமெடுக்கும் கதை, அந்தப் பள்ளியின் பிரச்சனைகளை பேசுகிற சாக்கில் பொதுவாக இன்று ஆசிரியர்கள் சந்திக்கும், கிட்டத்தட்ட அத்துணை பிரச்சனைகளையும் மன அழுத்தங்களையும் ஆங்காங்கே கொஞ்சம் கொஞ்சமாக பொதுவெளிக்குப் படம் பிடித்துக் காட்டுகிறது.

அனைவருக்கும் தரமான, சமமான கல்வியை இலவசமாகக் கொடுக்க வேண்டும். அதை அரசே வழங்க வேண்டும் என்கிற கோரிக்கைக்கு வயது நூறாண்டுகளைக் கடந்து விட்டது. இந்தியா சுதந்திரம் அடைந்து பவள விழா கொண்டாடியும் முடித்து விட்டோம். ஆனாலும் 1960களில் அமைக்கப்பட்ட கோத்தாரி கல்விக் குழு வலியுறுத்தியபடி இன்று வரை பொதுப்பள்ளி முறையைச் சாத்தியப்படுத்த இயலவில்லை. அந்தக் குழுவின் அன்றைய பரிந்துரையான கல்விக்கான 6% நிதி ஒதுக்கீடு இன்று வரை எட்ட முடியவில்லை. 1990களில் வெளிவந்த உச்ச நீதிமன்ற தீர்ப்புகளும் மக்கள் மன்றத்தில் உருவான எழுச்சியும் கல்வி உரிமைச் சட்டத்தை நிறைவேற்ற வேண்டும் என்கிற நிர்ப்பந்தத்தை மத்திய, மாநில அரசுகளுக்கு ஏற்படுத்தின. அதுவும்கூட உடனடியாக நடந்து விடவில்லை. 2009ல் இலவச கட்டாயக் கல்வி உரிமைச் சட்டம் கொண்டுவரப்பட்டு, அது ஏப்ரல், 1, 2010 முதல் நடைமுறைக்கு வந்தது. கல்வியாண்டு முழுவதும் மாணவர் சேர்க்கை, சேர்க்கைக்கு சான்றிதழ் தடையில்லை, எட்டாம் வகுப்பு வரை கட்டாயத் தேர்ச்சி, வயதுக்கேற்ற வகுப்பு, குழந்தைகளுக்கு எதிரான தண்டனைகள் தவிர்ப்பு போன்றவற்றில் நல்ல விளைவுகளை ஏற்படுத்தியுள்ளது என்பதை நாம் நிச்சயம் மறுக்க முடியாது. உதாரணத்திற்கு குழந்தைகளின் இடைநிற்றல் விகிதங்களை கடந்த காலங்களோடு ஒப்பிட்டால், இன்று பள்ளியில் இருந்து இடைநிற்கும் குழந்தைகளின் எண்ணிக்கை மிக மிகக் குறைவு. இதற்கு மிக முக்கியக் காரணம், கல்வி உரிமைச் சட்டம்.

ஆனால், இந்தச் சட்டம், வசதிக்கேற்ப கல்வி பெறுகிற பாகுபாடுகளைக் குறைத்திருக்கிறதா..? அனைத்துக் குழந்தைகளுக்கும் ஒரே தரமான கல்வி பெறுகிற வாய்ப்புகளை உறுதி செய்திருக்கிறதா..? குறைந்தபட்சம் வகுப்புக்கொரு ஆசிரியரை உறுதிப்படுத்துகிறதா..? பள்ளிக்கொரு துப்புரவுப் பணியாளரை நியமிக்க முடிந்திருக்கிறதா..? அல்லது 50 ஆண்டுகளுக்கு முன்பு கோத்தாரி கல்விக் குழு சொன்ன அளவிலான நிதியையாவது ஒதுக்க அரசுகளுக்கு அழுத்தம் கொடுத்ததா..? - இப்படி கேட்பதற்கு ஒரு நூறு கேள்விகள் இருந்தாலும் அத்தனைக்கும் பதில் ஒன்றுதான். அந்தப் பதில் “இல்லை” என்பதுதான்.

கல்வி உரிமைச் சட்டம் நடைமுறைக்கு வந்து பத்து ஆண்டுகள் கழிந்த பிறகும்கூட தமிழ்நாட்டில் ஆயிரக்கணக்கான பள்ளிகளில் ஓர் ஆசிரியர் மட்டுமே பணியில் இருக்கிறார். பல்லாயிரக்கணக்கான பள்ளிகளில் இரண்டு ஆசிரியர்கள் மட்டுமே இருக்கிற அனைத்து வகுப்புகளுக்கும் பாடம் கற்பித்துக் கொண்டிருக்கின்றனர்.

இந்தக் கொரானா பெருந்தொற்று காலத்தில் மிகவும் பெரிய அளவில் பேசப்பட்ட ஒன்று குழந்தைகளின் கற்றல் இழப்பு.. இந்த நாவலில் சொல்வதுபோல அடிக்கடி நடக்கிற கூட்டங்களில் கலந்துகொள்வது, எமிஸ் உடன் சண்டை போடுவது, குழந்தைகளுக்கு வழங்கப்படும் விலையில்லா பொருட்களை நாளுக்கு ஒன்று வீதம் தருவார்கள், அதைப் போய் அடிக்கடி வாங்கி வருவது, மாற்றுப்பணிகளுக்குச் செல்வது எனப் பல விதங்களில் ஆசிரியரின் கற்பித்தல் நேரம் பறிக்கப்படுகிறது. இதனால் இந்தப் பள்ளிகளில் பயிலும் குழந்தைகளுக்கு காலம் காலமாய் ஏற்படுகின்ற கற்றல் இழப்பு போன்ற பிரச்சனைகள் எப்போதாவது இந்த அளவிற்கு முக்கியத்துவம் அளித்து பேசப்பட்டிருக்கிறதா..?

கல்வி உரிமைச் சட்டத்தின் 12 (1சி) பிரிவு அனைத்து தனியார் பள்ளிகளிலும் சேர்க்கை வகுப்புகளில் 25% இடங்களை நலிவுற்றோர், வாய்ப்பு மறுக்கப்பட்டோரை சேர்க்க வழிவகுக்கிறது. தமிழ்நாட்டில் மட்டும் கடந்த பத்தாண்டுகளில் 8 லட்சம் குழந்தைகள் தனியார் பள்ளிகளுக்கு கொண்டு செல்லப்பட்டிருக்கின்றனர். அவர்களின் கல்விக் கட்டணமாக அரசு இதுவரை சுமார் ஆயிரம் கோடி ரூபாயை தனியார் பள்ளி முதலாளிகள் கையில் வழங்கி இருக்கிறது. இந்த 8 லட்சம் குழந்தைகள் அரசுப் பள்ளிகளில் தொடர்ந்து பயின்று வந்திருந்தால் இதே சட்டத்தின் 1:30 விகிதாச்சாரத்தின்படி எத்தனை ஆயிரம் ஆசிரியர்களை நியமிக்க முடியும் என்பதை நண்பர்கள் கணக்கிட்டுப் பார்க்க வேண்டும்.

நியமிக்க வேண்டிய ஆசிரியர்கள் பல ஆயிரம் பேர் இருப்பது ஒருபுறம் என்றால், இந்த சட்டப் பிரிவின் காரணமாக குழந்தைகளைப் பறிகொடுத்ததால் அடைக்கும் நிலைக்கு ஆளான அரசுப் பள்ளிகளின் எண்ணிக்கை எத்தனை ஆயிரம்..?

கிராமங்களில் "வாழ்ந்து கெட்ட குடும்பங்கள்" என்று சொல்வார்கள். அதுபோல இன்று ஒவ்வொரு ஊரிலும் இருக்கிற

அரசுப் பள்ளிகளைப் பார்த்து மக்கள் பேசிக்கொள்கிறார்கள்... ஒரு காலத்தில் இந்தப் பள்ளியில் ஐநூறு, ஆயிரம் குழந்தைகள் படித்தார்கள். ஒரு காலத்தில் இந்தப் பள்ளியில் ஐம்பது ஆசிரியர்கள் பணி புரிந்தார்கள்... இன்று இப்படி இருக்கிறது என்று..! அரசுப் பொதுக் கல்வியின் இந்த வீழ்ச்சிக்கு யார் காரணம்? ஆசிரியர்களா? அதிகாரிகளா? மக்களா? அரசா? அரசின் கொள்கைகளா? இல்லை, இவை அனைத்துமா?

கொஞ்சம் கொஞ்சமாக அரசுப் பள்ளிகளே இல்லை என்று ஆன பிறகு நம் குழந்தைகளுக்கான கல்வி என்னவாகும்..? ஆசிரியர் பயிற்சி மற்றும் கல்வியியல் படிப்பு படித்துவிட்டு, அரசுப் பள்ளிகளில் வேலை வாய்ப்புக்காக காத்துக்கொண்டிருக்கும் லட்சக்கணக்கான இளைஞர்களுக்கான அந்த ஆசிரியர் பணியிடங்கள் என்னவாகும்..? நிரந்தரப் பணி, ஊதியம், கோரிக்கைகள், போராட்டங்கள் எல்லாம் என்னவாகும்..?

வெறும் உரையாகப் பேசுவதைவிட, கட்டுரைகளாக எழுதுவதைவிட ஒரு நல்ல படைப்பு மிக ஆழமாக நம்மைச் சிந்திக்க வைக்கும்... உணர்வுகளைக் கிளப்பும்... செயல்படத் தூண்டும்... அப்படியான ஒரு படைப்பாக தோழர் இதய நிலவனின் இந்த நாவல் நிச்சயம் இருக்கும். விவாதங்களை நடத்தும்... நடத்த வேண்டும் என்கிற நம்பிக்கை நிறைய இருக்கிறது எனக்கு! வாழ்த்துகள் தோழர்...

தேனி சுந்தர்

கல்விச் செயல்பாட்டாளர்

முன்னுரை

நாம் உருவாக்குகிற ஒரு படைப்பிற்கு நாமே முன்னுரை எழுத வேண்டுமா என்ற தயக்கமும் நம் படைப்பைப்பற்றி படிக்கிறன்றவர்கள்தான் நிறை, குறைகளைச் சொல்லவேண்டும் என்கிற விருப்பமும் உண்டு.

ஆனாலும் இந்தப் படைப்பின் தேவை, இந்தப் படைப்பு உருவான விதம் பற்றி முன்னிலை விளக்கம் தேவைப்படுகிறது. அது படிப்பவர்களின் கண்ணோட்டத்தை ஒருநிலைப்படுத்தும் என்கிற சிறிதளவு புரிதலும் உண்டு என்பதனால் இந்தக் குட்டி முன்னுரையை எழுதுகிறேன்.

ஒரு படைப்பாளனுக்கு, தான் வாழும் இந்த சமூகத்தின்பால் எவ்வளவு பொறுப்பும் கடமையும் இருக்கிறது என்பதை உணர்ந்த ஒருவனின் படைப்புகளே நின்று பேசவல்லது. நான் பார்க்கின்ற ஆசிரியர் பணியை ஊதியம் பெறுகிற ஒரு வேலையாக என்னால் பார்க்க முடியாது. அப்படி நான் பார்த்ததும் இல்லை என்பதை என்னைத் தெரிந்தவர்கள் நன்றாக அறிவார்கள்.

நான் பணியில் சேர்ந்தது முதல் இன்று வரையிலும், “அடுத்தவே முதுகுல குறுணி அழுக்கு இருக்குன்னு சொல்றவே, அவே முதுகுல முக்குறுணி அழுக்கு இருக்குறதப் பாக்கணும்ல” என்று கிராமத்தில் மற்றவர்களின் தவறுகளைச் சுட்டிக்காட்டுபவர்களைப் பற்றி சாதாரண சொலவடையாகச் சொல்வார்கள். ஆகவே நான் சார்ந்த துறையின் ஏற்ற இறக்கங்களைப் பற்றி எழுதுவது எனது தார்மீகக் கடமையாகிறது.

அந்தச் சொலவடைதான் என்னை இந்த நாவலை எழுதச் செய்தது. இன்றைய அரசுப் பள்ளிகளை அரசே கைவிடும் நிலையை நோக்கி நகர்வதை நான் கண்கூடாகப் பார்த்துக்கொண்டிருக்கிறேன். இந்தக் கப்பல் மூழ்கும் முன்பாக நாம் எப்படியும் தப்பித்துக் கொள்ளலாம் என்றோ, இல்லை முழ்காது என்ற மூடநம்பிக்கையிலோ அல்லது எப்படியும் கரை சேர்ந்து விடும் என்ற அசட்டு நம்பிக்கையிலோ மற்றவர்களைப்போல என்னால் பயணம் செய்ய இயலவில்லை. அரசுப் பள்ளிகளைப் காப்பாற்ற ஆகச்சிறந்த வழிகளில் இதுவும் ஒன்று என்பதை நான் வலியுறுத்துகிறேன்.

என் உடன்பிறவா சகோதரி மீரா அக்காவின் வாழ்வியலை மேலோட்டமாகவாவது சொல்லவேண்டும் என்கிற எனது ஆதங்கத்தை ஓரளவு இதில் நிவர்த்தி செய்திருக்கிறேன். ஏனென்றால் தன் கணவனுக்குப் பெண் தேடி ஊர் ஊராக அலைந்த அந்த அபலையைப் பற்றி நான் சொல்லாமல் யார் சொல்வார்கள்?. கவிதா என்கிற கதாபாத்திரத்தில் ஒரு பத்து சதவீதம் மீரா அக்கா வாழ்ந்திருக்கிறார்.

இந்தக் கதையில் வரும் இராமசாமி வாத்தியாரின் கதாபாத்திரம் எனக்கு தொடக்கப்பள்ளி தலைமையாசிரியராக இருந்த அருமை மாமா சன்னாசி வாத்தியாரின் பாதிப்புதான். அவருக்கு ஒரு குரு காணிக்கையாகவே செய்திருக்கிறேன்.

நான் கேட்டுக்கொண்டதும் கொஞ்சமும் தயக்கமின்றி தன் வேலை அழுத்தங்களுக்கு நடுவிலும் இந்த நாவலுக்கு அணிந்துரை எழுதிக்கொடுத்த தமுஎகச மாநில செயற்குழு உறுப்பினர் தோழர். உமர்பரூக் அவர்களுக்கும், தொடர்ந்து தொடக்கக்கல்வி குறித்தும், மாணவர்கள் குறித்தும், அக்கறையோடு தன் படைப்புகளை முன்னெடுத்து வரும் தோழர் சுந்தர் அவர்கள், இந்த நாவலுக்கு மதிப்புரை வழங்கியிருக்கிகிறார். அவருக்கும் நன்றியும் பேரன்பும்.

இந்த நாவலுக்கு தட்டச்சு செய்து கொடுத்த தோழர் இரா. தங்கப்பாண்டியன் மற்றும் அவரது இணையர் ஜெயசீலா இருவருக்கும் எனது நன்றியும் வணக்கமும் மற்றும் என் படைப்புகளைப் பற்றி அக்கறையும், ஆர்வமும் கொண்டுள்ள நான் சார்ந்துள்ள அமைப்பான தேனி மாவட்ட தமுஎகச தோழர்களுக்கு நன்றி.

தன் இடைவிடாத வேலைகளுக்கு நடுவில் என் பேரன்பிற்காக பிழை திருத்தம் செய்து கொடுத்த இளமுனைவர் சுஜாதா அவர்களுக்கு நன்றி சொல்ல வார்த்தைகள் பத்தாது.

சுருக்கமாக "எரியிறதப் புடுங்கினாத்தான்

கொதிக்கிறது அடங்கும்."

நன்றி

இதயநிலவன்
ithayanilavan@gmail.comithayanilavan@gmail.com
8270207828

இந்நூல்...

அரசுப் பள்ளிகளைக் காப்பாற்றக் களத்தில் நின்று போராடும் பெண்ணாசிரியப் பெருந்தகைகளுக்கு...

ஓரெண்டே... ரெண்டே...

தலைவாசல்

கவிதா வெளிகேட்டைத் திறக்கும்போதே ஆச்சரியப்பட்டாள். அஃது எரிச்சலூட்டும் அந்தக் "கிரீச் சத்தம்" இல்லாமல் பூப்போலத் திறந்தது. 'அப்பா கேட்டிற்கு எண்ணெய் ஊற்றியிருக்கலாம்' என நினைத்தபடியே வாசலுக்குப் பக்கவாட்டில் காலணிகளைக் கழற்றி, ஓரமாகத் தள்ளி விட்டுவிட்டு உள்ளே நுழைந்தாள்.

ஐந்து மணிக்கெல்லாம் வீடு இருட்டாக இருந்தது. பாதி வெளிச்சத்தில் நடந்து சென்று லைட்டைப் போடுகையில் குஷன் சோபாவின் கைப்பிடியில் சாய்ந்து தூங்கிக்கொண்டிருந்த அப்பா, வெளிச்சப் பரவலில் விழித்துக் கொண்டார்.

"ம்... பகல்ல நல்லாத்தூங்கு, அப்பறம் ராத்திரியெல்லாம் ஒறக்கம் வராம பொறண்டு பொறண்டு இம்சப் படு. ஏம்பா?" எனக் கூறியபடியே செல்பில் தன் கைப்பையை வைத்துவிட்டு, டைனிங் டேபிளில் சாப்பாட்டுக் கூடையை வைத்துவிட்டு அப்பாவைப் பார்த்தாள்.

அவர் பதில் ஒன்றும் கூறாமல் கவிதாவையே பார்த்துக் கொண்டிருந்தார்.

கவிதா சார்ஜரைத் தேடி எடுத்து செல்போனுடன் இணைத்து விட்டு அப்பாவின் அருகில் வந்தாள். அவரின் நெற்றியில் கை வைத்துப் பார்த்தாள்.

கையை மெதுவாக அவருக்கும் வலிக்காமல் அவளுக்கும் வலிக்காமல் ஒதுக்கிவிட்டு, "ம்ச்... அட ஒண்ணுமில்லம்மா! என்னையை மறந்து லேசா கண் அசந்துட்டேன்."

அங்கிருந்து நகர்ந்து பாத்ரூம் சென்று முகம் கழுவி, துண்டை எடுத்துத் துடைத்தபடியே,

"அதுக்காக? ஃபேன் போடாம... இருட்டா இருக்கு... லைட் போடாம, ஆமா பாப்பா எங்க?"

"அதுவா அது அந்தா பையத் தூக்கிக் கெடாசிட்டு சிட்டாப் பறந்துருச்சு. வெளையாட்டுக் கழுத!"

தலைமுடியைப் பின்னலுடனே வாரிச் சுருட்டிக் கொண்டையாகப் போட்டுக்கொண்டாள். ஏனோ கவிதாவிற்கு எப்போதும், எங்கெங்கோ சுற்றிவிட்டு எவ்வளவு மனபாரத்துடன் வீட்டின் உள்ளே நுழைந்தாலும் மனம் லெகுவாகி விடுவதாக உணர்வாள்.

“ஸ்நாக்ஸாச்சும் சாப்பிட்டாளா”

“ம்... எங்க ஒரே ஓட்டம், நின்னாத்தான...?” கவிதா கிச்சனுக்குச் சென்று ஆரோ பில்டரைத் திறந்து தண்ணீர் பிடித்துக் குடித்துவிட்டு “அப்பா!” ஒரே தலவலி. ஒரு பத்து நிமிசம் சாஞ்சுட்டு அப்புறமா டீ போட்டுத் தரவா? “தலவலி உயிர் போகுது.”

“சரி, படுத்துக்கம்மா! காபியப் பத்து நிமிசம் லேட்டாக் குடிச்சா இப்ப என்ன ஆயிரப் போகுது?” என்று கூறியபடி சோபாவில் சாய்ந்துகொண்டார்.

கவிதா குடும்பத்தில் இரண்டாவதாகப் பிறந்தவள். மூத்தவர் அண்ணன், காதல் திருமணம் செய்துகொண்டவர். வீட்டில் ஏற்பட்ட சிறிய எதிர்ப்பை, சப்பைக் காரணமாக, வைத்துக் கொண்டு, திருமணத்தோடு மொத்தமாகக் குடும்பத்தைவிட்டு ஒதுங்கிக்கொண்டவர். தன் தாயின் இறப்பிற்குக்கூட வராதவர்.

கவிதாவிற்கு 12 ஆண்டுகளுக்கு முன்பு திருமணம் நடந்தது. கணவர் வட்டாட்சியர் அலுவலகத்தில் கணக்குத் துறையில் சூப்பரின்டெண்ட் போஸ்டில் இருந்தவன். கவிதாவின் கர்ப்பப்பையில் நீர்க்கட்டிகள் அவை வழக்கத்திற்கு மாறாகப் பெரிய அளவிலான கட்டிகள் இருந்ததால் கருவுற முடியாத சூழலுக்குத் தள்ளப்பட்டாள். எவ்வளவோ மருத்துவம் பார்த்தும் சரியாகாத நிலையில் நகர்ந்த வாழ்க்கையில், கவிதா கணவன் மகேஷின்மீது கொண்ட அன்பிற்கும், மகேஷ் கவிதாவின்மீது கொண்ட அன்பிற்கும் யாதொரு பங்கமும் ஏற்படவில்லை. ஆனால் தமிழ்ச் கலாச்சாரத்தில் எந்த ஓர் ஆணும் பெண்ணும் தனியானவர்கள் அல்லர். எல்லாருக்கும் குடும்பம், உறவுகள், பந்தங்கள் எனக் கண்ணுக்குத் தெரிந்த உறவுகளுடன் கண்ணிற்குத் தெரியாத சங்கிலியால் பிணைக்கப்பட்டவர்கள்.

மகேஷின் உடன் பிறந்த இரண்டு சகோதரிகள் மற்றும் தன் அம்மா மூவரும் கொடுத்த நச்சரிப்புகளுக்கு இடையே கவிதாவிடம் கேட்கக்கூடாத கேள்வி ஒன்றைக் கேட்டுவிட்டான்.

‘கவி! என்னைக்கும் நான் ஒன்னையவிட்டு வெலக மாட்டேன். ஆனா என் அம்மாவும் அக்காவங்களும் எப்படியும் ஒரு கொழந்த

வேணும்னு சொல்றாங்க. நான் தத்து எடுத்து வளத்துக்கிறோம்னு சொன்னேன். ஆனா அவங்க 'பொறக்குறது ஒன்னோட வித்தா இருக்கணும்னு சொல்றாங்க...' என்னப்பத்தி ஒனக்கு நல்லாத் தெரியும் கவி, எங்கம்மா என்ன இன்னொரு கல்யாணம் செஞ்சுக்கச் சொல்றாங்க. அவங்கள என்னால சமாதானம் செய்ய முடியல..."

கவிதா அவனைச் சற்று நேரம் உற்றுப் பார்த்தாள். அவனோடு ஐந்து ஆண்டுகளாகக் குடும்பம் நடத்துகிறாள். மகேஷ் பொய் சொல்லக் கூடியவன் அல்லன், அவன் அவனது காரியத்தைச் சாதிப்பதற்காக காதலிப்பதாய் நடிப்பவன் அல்லன்.

"நான் என்னோட முடிவக் காலைல சொல்லவா?" என்றவளை இழுத்து நெஞ்சோடு அணைத்துக்கொண்டான்.

"இந்த அம்மா, அக்காங்க யாரோட உறவும் வேணாம். இவங்க கண்ணுலையே படாம எங்காச்சும் போயிறலாம்" என்றவனைக் கொஞ்சம் இறுக்கமாகப் பற்றிக்கொண்டாள். மூக்கில் சளி நிரம்பும் அளவிற்கு அழுது விட்டாள். இருவரின் உடலுக்கு இடையில் வெதுமை அதிகரித்து வெப்பமாக மாறி வியர்வை இருவரையும் விலகச் செய்தது.

கவிதா, மகேஷின் காதோடு கன்னம் பிடித்து நெற்றியில் முத்தமிட்டாள். கண்ணில் நீர் வடிய உதடுகள் துடித்தபடி, தன் உதடுகளில் நடுக்கம் நிற்க... நெற்றியில் அழுத்தியபடியே இருந்தாள். மகேஷின் கண்களும் கசியத் துவங்கி விட்டன. விலகி அமர்ந்தாள். கண்கள் துடைத்தாள்.

"காலைல என்ன, இப்பவே சொல்றேன். நானே ஒரு பொண்ணப் பாத்து கல்யாணம் செஞ்சு வைக்கிறேன். அந்தப் பொண்ணு விருப்பப்பட்டா இங்கயே இருக்கேன் இல்லன்னா" என்று அவள் முடிக்கும்முன்பே கைகொண்டு அவள் வாயை மூடினான்.

"என்ன கவி கொஞ்சம்கூட இரக்கமில்லாத ஒரு காட்டு மிராண்டி பயகிட்ட பேசுற மாதிரி பேசுற?" என்று உண்மையில் துடிதுடித்துப் போனான் மகேஷ்.

"ஏய்! என்னப்பா இப்பிடி இருக்கீங்க? அதெல்லாம் அப்புறம் பாக்கலாம்" என்று கூறியபடியே படுக்கையிலிருந்து கீழே இறங்கினாள்.

"வாங்க சாப்பிடலாம்" என அவனது கைகளைப் பிடித்து டைனிங் டேபிளுக்கு இழுத்து வருகிறாள்.

இப்படி ஓர் இக்கட்டான நிலை வரும் என்று கவிதா யூகித்திருந்தாலும் இவ்வளவு சீக்கிரமாக அந்நிலை வரும் என்று கொஞ்சமும் எதிர்பார்க்கவில்லை. முதலில் அதிர்ச்சியாக இருந்தாலும் எந்த அதிர்ச்சியையும் எதிர்கொள்ளும் சூழல் இருந்ததால் உடனடி முடிவெடுப்பது சாலச் சிறந்தது என்று முடிவு செய்த கவிதா, இரண்டொரு மாதத்தில் ஓர் ஏழைக் குடும்பத்தில் தாய், தந்தையை இழந்து வயதான பாட்டியின் பாதுகாப்பில் ஆதரவற்று நின்ற சித்ராவைத் தன் கணவனுக்கு மணம் முடித்து வைக்கிறாள்.

தன் கணவன் சித்ராவோடு இணங்க மறுக்கிறான். சித்ராவோடு இணக்கம் காட்டவில்லை என்றால், தான் வீட்டைவிட்டு வெளியேறி விடுவேன் என்று மிரட்டுகிறாள்.

“நான் ஊருக்குப் போயிட்டு ஒரு வாரம் கழிச்சு வர்றேன். அதுக்குள்ள சித்ராகூட நீங்க நல்லபடியா நடந்துக்கிறீங்க, நான் திரும்பி வர்றப்போ சித்ராவோட மூஞ்சியில சந்தோசம் இருந்தா மட்டுந்தான் உள்ளயே வருவேன் இல்ல, வந்த வேகத்துல திரும்பிப் போயிருவேன்.”

என்று கூறிவிட்டு கட்டிலில் சுவர் பார்த்துப் படுத்துக் கொண்டவளின் அருகில் படுத்து அப்படியே வயிற்றில் கை கோர்த்து இறுக்கமாக அணைத்துக் கண்ணீர் விடுகிறான்.

“ச்சோ அதான், நான் பக்கத்துல இருக்கக்கூடாதுன்னு தோணுது. நான் எப்பவும் உங்ககூட உங்க பக்கத்துல இருக்கணும்னு ஆசப்பட்டிங்கன்னா நான் சொன்னத செய்ங்க. இல்ல, நான் என்ன செய்வேன்னு உங்களுக்குத் தெரியும்”

மகேஷ் ஒன்றும் சொல்ல முடியாமல் தவிக்கிறான். கவிதா அவன் கன்னத்தில், நெற்றியில் உதட்டில் முத்தமிட்டு தோள் சாய்த்து அணைத்துக் கொள்கிறாள். அடக்க முடியாத கண்ணீர் எனும் காட்டாறு இமைக் கரைகளை உடைத்து மகேஷ் என்னும் தேகப்பரப்பில் வழிந்தோடுகிறது.

ஒரு வாரம் கழித்து கவிதா வீட்டிற்கு வரும்போது சித்ராவின் முகம் மாறிப்போய் பிரகாசமாய் இருப்பதைக் கண்டதும் மனம் பதைத்தாலும், தாயுள்ளம் சந்தோசமடைகிறது.

அருகில் வந்து பையை வைத்துவிட்டு அவள் புஜங்களைப் பற்றி...

“ம்... ம்ம்...”

என்று கேட்க,

அவள்,

“ம்ம்...” என்று வெட்கப்பட்டு கவிதாவின் தோளில் சாய்ந்து கொள்கிறாள். கவிதா அணைத்துக்கொள்கிறாள். கண்கள் கசிய...

“நீங்க ரெண்டு பேரும் எம்புட்டுப் பிரியமா இருக்கீங்கன்னு வந்தப்ப தொட்டுப் பாக்குறேன்கா. அந்தக் கடவுள் உங்க வவுத்துல ஒரு புள்ளையக் குடுத்திருக்கலாம். நான் தான் தேவையில்லாம...” என்றவளை இடைமறித்து...

“அவரு எப்ப ஆபீசுக்குப் போனாரு?”

“நேரத்துக்கே போயிட்டார்க்கா!”

என்று கூறிவிட்டு நிற்க, கவிதா பையை எடுத்துக்கொண்டு படுக்கை அறைக்குச் செல்ல... சித்ரா பின்னாலேயே செல்கிறாள்.

“அத்த எங்க?”

“அவங்க நாத்தனார் ஊருக்குப் போயிட்டாங்க, எப்பவாச்சும்தான் வருவாங்களாம்”.

கவிதாவிற்குப் புரிந்துவிட்டது.

தான் இருந்த அறை இனி உனக்கு என்பதாய்,

“சரி சித்ரா! என்னோட திங்க்ஸ் எல்லாம் நான் அத்தையோட ரூமுக்கு மாத்திக்கிறேன். நீ இந்த ரூம்ல எல்லாத்தையும் வச்சிக்கோ” என்று சொன்னவளைப் பார்த்து கண்கள் கசிய கைகளைப் பிசைந்தபடி,

“அக்கா...”

“ஏய், நீ என் தங்கச்சிடி எதுக்குக் கண் கலங்குற? நீ சந்தோசமா இருந்தாத்தான் நான் சந்தோசமா இருப்பேன். உங்க பாட்டிக்கு உன்ன எப்பவும் சந்தோசமா வச்சிக்கிறேன்னு வாக்கு குடுத்திருக்கேன்” என அவளது கன்னத்தில் கிள்ளி முத்தமிட... சித்ரா சிரிக்கிறாள்.

மூன்றே மாதங்களில் சித்ரா கருவுறுகிறாள். அழகான பெண் குழந்தையைப் பெற்றெடுக்கிறாள். குழந்தை பிறந்து ஒன்பது மாதத்தில் மகேஷ் ஒரு வாகன விபத்தில் இறந்து விடுகிறான்.

சித்ராவைத் திருமணம் செய்ததும் குழந்தை பிறந்ததும்தான் மகேஷின் மரணத்திற்குக் காரணம் என சொந்த பந்தம் வசை பாடியபோது அனைவரையும் தன் வார்த்தைச் சாட்டையால் விளாசி சித்ராவையும் குழந்தையையும் தாய் ஸ்தானத்திலிருந்து காக்கிறாள். கவிதா, மகேஷின் அரசு ஊதியத்திற்கு வந்த பணப்பலன்கள் அத்தனையையும் சித்ராவின் வங்கிக் கணக்கிற்கு மாற்றுகிறாள். அதே அலுவலகத்தில் கடைநிலை ஊழியராகச் சித்ராவை அமர வைக்கிறாள். குடும்ப ஓய்வூதியத்தையும் பெற்றுத் தருகிறாள்.

தான் படித்த ஆசிரியர் பட்டயத் தேர்வுக்கான தகுதித் தேர்வில் தேர்ச்சி பெற்று மாநிலத்தில் முதல் பத்து இடத்தில் 8 ஆவது இடம் பெற்று, திருவண்ணாமலை மாவட்டத்தில் ஓர் அரசு ஆரம்பப் பள்ளியில் வேலைக்குச் சேர்கிறாள்.

ஒரு நாள் சித்ரா? குழந்தையுடன் வருகிறாள். அவளது முகத்தில் மிகப்பெரிய குழப்பம் குடிகொண்டிருப்பதை உணர்ந்த கவிதா"

"என்ன சித்ரா! ஏதோ சொல்ல வந்துட்டு ஒண்ணுமே சொல்லாம குழப்பமா உக்காந்திருக்க?" என்று அருகில் படுத்திருக்கும் குழந்தையைத் தட்டிக் கொடுத்தபடியே கேட்கிறாள்.

"அக்கா! எங்க ஆபீஸ்ல, கர்ணன்னு ஒருத்தர், அவருக்கும் வொய்ப் இல்ல..."

"புரியுது, நானே செஞ்சிருக்கணும். என்ன, குழந்தையப் பத்தி ஏதாச்சும் பேசுனாரா?"

"அது வந்து..."

"ஒரு குழப்பமும் வேண்டாம். இப்ப தூங்குறாள்ல... அப்படியே தூங்கட்டும். நான் பாத்துக்கிறேன். நீ போ. போய் உன்னோட மிச்ச வாழ்க்கைய வாழு."

"அக்கா!"

"ஏய், இவ என் கொழந்தடி உனக்கு எந்தத் தயக்கமும் வேணாம். எப்ப தோணுதோ அப்ப வந்து பாத்துட்டுப் போ... எனக்கு எந்தக் கோபமும் இல்ல, ரொம்ப சந்தோசமா இருக்கு யாரும் யாரோட வாழ்க்கையையும் யாருக்காகவும் அர்ப்பணிக்கத் தேவையில்ல. அவங்கவங்க வாழ்க்கையை அந்தந்த காலத்துல வாழ்ந்துட்டு போயிறணும்..."

சித்ரா கண்கள் கசிந்தபடியே குழந்தையையும் கவிதாவையும் மாறி மாறிப் பார்த்துவிட்டு எழுந்து சென்று விடுகிறாள்.

கவிதா குனிந்து குழந்தையை முத்தமிடுகிறாள்.

குழந்தையின் நெற்றியில் மகேஷின் வியர்வை நாற்றம் வீசியது.

சிறு விம்மல் பெரும் பிளிறலாய்ப் பீரிட்டது. சத்தத்தைக் கட்டுப்படுத்தி மௌனமாக அழுது முடித்தாள்.

மூன்று வருட வேலை பார்ப்பிற்குப்பின் மகேஷின் தாய்மாமா சுந்தரம் தன் அரசியல் செல்வாக்கைப் பயன்படுத்தி, "கண்ட நாய்க்கெல்லாம் செய்றேன், ஒனக்கு செய்யமாட்டனா தாயி!" என்று தேனி மாவட்டம் சின்னமனூர் ஒன்றியம் வெள்ளைத்தேவன்பட்டியில் ஓர் ஈராசிரியர் தொடக்கப் பள்ளிக்குப் பணி மாறுதல் பெற்றுத்தர... பணியில் சேர்ந்தாள்.

இனி என்ன..?

- இதயநிலவன்.

1

வெள்ளைத்தேவன்பட்டி, பெயர்தான் வெள்ளைத்தேவன்பட்டி, ஆனால் ஊரில் ஒரு குடும்பம்கூடத் தேவர் சமூகத்தைச் சேர்ந்த குடும்பம் இல்லை. வேறு சமூகத்தினர்தான் இருந்தார்கள். எண்ணி 34 வீடுகள்தான், ஊரைச் சுற்றிலும் மானாவாரி நிலங்கள்தான். 50 ஆண்டுகளுக்கு முன்பு வண்டிப்பாதையாக இருந்தது. தற்போது தார்ச்சாலையாக மாறியிருக்கிறது.

ஓட்டு வீடுகள், கூரை வீடுகள், ஒன்றிரண்டு மச்சு வீடுகள் என கலந்து இருக்கிறது. மொத்தமே நான்கு தெருக்கள்தான். மூன்று தெருக்கள் குடியானவர்கள் (இப்பவும் அப்படித்தான் சொல்றாய்ங்க) தெரு. ஒரு தெரு தாழ்த்தப்பட்ட வகுப்பைச் சார்ந்த மக்கள் குடியிருக்கும் தெரு. அந்தத் தெரு, ஊரின் வடக்குப்புறத்தில் கிழக்கு மூலையில் இருந்தது. அங்கே ஒன்பது பத்து வீடுகள் இருக்கலாம்.

ஆசாரி சமூகத்தினர் மூன்று குடும்பமும் நாவிதர் குடும்பம் ஒன்றும், வண்ணார் குடும்பம் இரண்டுமாக அடங்கிய அடக்கமான ஊர்.

பக்கத்து ஊரில் இருக்கும் ரேசன் கடை ஊழியர்கள், வாரம் ஒருமுறை வந்து சீனி, அரிசி, பருப்பு எனப் போட்டுவிட்டுப் போவார்கள். மண்ணெண்ணெய் ஊற்ற மாதம் ஒருமுறை வருவார்கள்.

ஊரின் தெற்குப் புறமாக ஒரு குளம், அந்தக் குளம் படித்துறையுடன் இருந்தது. ஒரு காலத்தில் மனிதர்கள் குளிக்கும் குளமாகவும் அடுத்து கால்நடைகளைக் குளிப்பாட்டுவதற்கும், அவைகள் குடிப்பதற்காகவும் இருந்திருக்கலாம். ஆழம் குறைவான கரைப் பகுதியில் வண்ணான் கற்கள் கிடந்தன. ஊர்த் துணிகளை இங்குதான் துவைத்திருப்பார்கள்போலும். ஆனால், இன்று அது சாக்கடை நிரம்பிய பிளாஸ்டிக் பேப்பர்களின் சேமிப்புக் கிடங்காக மாறிப்போய் இருந்தது. வண்ணான் கல்லில் முட்டிவரை டவுசரை இறக்கிய சிறுவர்கள் வசமாக உட்கார்ந்து, 'ஆய்' போய்க் கொண்டிருந்தார்கள்.

ஊரின் மையப் பகுதியில் ஒரு விநாயகர் கோவிலும் அதனருகே அந்தப் பள்ளிக்கூடமும் இருந்தது.

*SSA*விலிருந்து கட்டப்பட்ட புதுக் கட்டிடம், அதில் ஊராட்சி ஒன்றிய தொடக்கப்பள்ளி 1916-2016 நூற்றாண்டு விழா கட்டிடம், வெள்ளைத்தேவன்பட்டி, தேனி மாவட்டம் என்று எழுதப்பட்டிருந்தது. அருகில் பழங்கால ஓட்டுக் கட்டிடம் பழைய பொருட்களைக் கிடத்தும் அறையாக இருந்தது.

சமையலறை ஆஸ்பெட்டாஸ் சீட்டுகள் இடிந்த நிலையில் விட்டத்தில் தொங்கிக்கொண்டிருந்தது. அதனுள் பத்துக்கும் மேற்பட்ட குவாட்டர் பாட்டில்களும் ஐந்தாறு பீர் பாட்டில்களும் பிளாஸ்டிக் கப்புகளும் பாதிப் பாதியாகத் தின்றுவிட்டுப் போட்ட "சைடிஸ்" களும் இருந்தன. சுற்றுச்சுவர் இல்லை.

புதுக்கட்டிடத்தின் முன்னால், கிரே கலரில் புதுமாலையோடு புல்லட் நின்றுகொண்டிருந்தது. அநேகமாக, அது தலைமையாசிரியர் கிருஷ்ணமூர்த்தியின் வண்டியாக இருக்கலாம்.

தன் 'அப்பாய்ண்மெண்ட்' ஆர்டர் சான்றிதழ்களை உள்ளே வைத்து, ஒரு ஃபைலை நெஞ்சோடு பிடித்தபடி ஒரு பக்கமாக ஹேண்ட்பேக் அருகில் சாப்பாட்டுக்கூடை என தன் தந்தையுடன் ஆட்டோவில் நுழைந்தாள்.

"பள்ளிக்கூடம் தெரியுமாப்பா?"

"தெரியும் டீச்சர்! கோயிலுக்குப் பின்னாடி."

வண்டி மெதுவாகப் புல்லட்டின் அருகில் சென்று நின்றது. இருவரும் இறங்கினார்கள். பள்ளியின்முன் 90 வருடங்களைக் கடந்து வாழ்ந்துகொண்டிருக்கும் வேப்பமரமும் அடுத்தடுத்து புங்கை, வாகை மரங்களும்கூட இருந்தன. பள்ளிக்குச் சற்று தள்ளி கோவிலின் அருகில் இருந்த மரங்களில் மாடுகள் கட்டப்பட்டிருந்தன. அதனை ஒட்டி வைக்கோல் படப்புகளும் தட்டைப் படப்புகளும் அடுத்தடுத்திருந்தன.

கோவில் சுவரோரம் இரண்டு இளவட்டக் கற்கள் பாதி மண்ணில் புதைந்த நிலையில் நிலைகொண்டிருந்தன. அவை தற்போதைய இளைஞர்களின் வீரத்தைக் குறிப்பாக உணர்த்துவதாக இருக்கின்றன. இந்தக் கற்கள் முழுவதுமாகப் புதையும்போது ஒரு வேளை இளைஞர்கள் முற்றிலும், வீரமற்றவர்களாக ஆகிவிடுவார்களோ என்னவோ...

வந்த ஆட்டோவை கொஞ்சநேரம் இருக்கச் சொல்லிவிட்டு படிகளில் ஏறி தலைமை ஆசிரியர் என்று எழுதப்பட்ட பகுதியின் உள்ளே நுழைந்தார்கள்.

அவர் இருக்கையில் அமர்ந்தபடி எதையோ எழுதிக் கொண்டிருந்தார். எல்லாவற்றையும் தாண்டி ஒரு பழைமையான வாடை வீசியது. அது பழைய நோட்டுப் புத்தகங்களிலிருந்தோ, அல்லது பீரோவில் அடுக்கப்பட்டிருக்கும் பள்ளியின் பழைய பதிவேடுகளிலிருந்தோ மெதுவாகக் கசியலாம். ஆனால் அந்த வாடை ஒரு மரியாதைக்குரியதாக இருந்தது.

“சார்! வணக்கம்!!”

கவிதாவின் குரல் கேட்டு நிமிர்ந்து பார்த்த கிருஷ்ணமூர்த்தி, அகவை ஐம்பதைக் கடந்துவிட்டவராக இருந்தார். இவளைப் பார்த்ததும் சினேகமாகச் சிரித்தார்.

“வணக்கம்மா! நீங்க...?

“சார் நான் கவிதா! புதுசா டிரான்ஸ்பர் ஆகி...”

முடிப்பதற்குள், “ஆமா, ஆமா நம்ம பி.இ.ஓ. நேத்தே சொன்னாங்க. அது நீங்கதானா... உட்காருங்க” என்றார்.

“நன்றி சார்! இவர் எங்க அப்பா!!”

“வணக்கங்கய்யா!”

“வணக்கம் தம்பி!”

“உட்காருங்கய்யா!”

“தம்பி! ரெம்பக் கஷ்டப்பட்டு மாறுதல் வாங்கியிருக்கோம்.”

“கஷ்டப்படாம எதுவுமே கெடைக்காதுங்கய்யா!”

கிருஷ்ணமூர்த்தியின் கிண்டல் தொனியான பதிலில் அய்யா கொஞ்சம் சங்கடப்பட்டுத்தான் போனார். ‘ஒருவேளை நாம இடையில் டிரான்ஸ்பர் வாங்கிட்டு வந்ததைத்தான் இவ்வளவு கிண்டலாகக் கூறுகிறாரோ’ என்று மனதில் நினைத்துக் கொண்டே..

“சரிம்மா ஆட்டோக்காரன் வேற கீ கீ ன்னு கூப்பிட்டுக்கிருக்காம்மா, நான் கௌம்புறேன். தம்பி என் பொண்ணு பாவப்பட்ட பொண்ணு தம்பி..” சொல்லும்போதே கண்கலங்கி குரல் தழுதழுத்தார்.

“அப்பா!”

“நான் வாரேன். பாத்துக்கோங்க தம்பி!”

கிருஷ்ணமூர்த்தி ஒன்றும் விளங்காமல் பார்த்தார்.

“சாரி சார்! அப்பா நீ பத்திரமா போப்பா. நான் சாயந்திரம் வந்து பேசுறேன். இந்தா, ஆட்டோவுக்குக் குடுத்திட்டு மிச்சத்த

வச்சிக்கோ" என்று பணத்தைக் கொடுத்து அனுப்பிவிட்டு கிருஷ்ணமூர்த்தியைப் பார்த்தாள்.

"உட்காருங்க டீச்சர்."

"தேங்ஸ் சார்."

"சாரி டீச்சர். நார்மலாவே அபிசியல் டிரான்ஸ்பர்னா அங்க காசு ஊடாடியிருக்கும்னு பரவலா பேசுவாங்க."

"ஆனாலும் சில நேர்மையான அபிசியல் டிரான்ஸ்பரும் நடக்குது சார்."

"எஸ். ஓகே. ஆர்டர் குடுங்க. நான் இப்பிடிக் கேட்டதை எங்கேயும் சொல்ல வேணாம். நான் என்ன நேராவா பார்த்தேன். உங்க பக்க நியாயம் உங்களுக்கு மட்டும்தான் டீச்சர் தெரியும். இவரு இப்பிடிக் கேட்டார்னு அதிகாரிக காதுக்குப் போக, இங்க என்னமோ புள்ளைக வரிசைகட்டி நிக்கிறமாதிரி பள்ளிக்கூடத்திற்குப் படை எடுப்பாங்க. இது நமக்குத் தேவையா? மெல்ல எந்திரிச்சு அந்தத் தட்டிக்கு அந்தப் பக்கம் எட்டிப் பாருங்க"

கவிதா தயங்கியபடி இருந்தாள்.

"அட, சும்மா எட்டிப் பாருங்க டீச்சர்!"

கவிதா ஒன்றும் விளங்காமல் இரண்டு தட்டிகளாகப் பிரிக்கப்பட்டு ஓர் ஓரத்தில் ஓர் ஆள் மட்டும் நடக்கும் அளவு இருந்த இடைவெளியில் சென்று எட்டிப் பார்த்தாள். அங்கே டீச்சரைப் போன்ற ஒரு பெண் தன் ஆண்ட்ராய்டே கதியென்று உட்கார்ந்திருந்தார். அவசர எண்ணிக்கையில் ஆறு குழந்தைகள் இருந்தார்கள். அதில் இரண்டு படுத்துக் கிடக்க... இரண்டு குழந்தைகள் சிலேட்டில் எதையோ எழுதிக்கொண்டிருக்க, ஆண் குழந்தைகள் இரண்டு பேர் நோட்டில் காகிதத்தைக் கிழித்து எதையோ செய்துகொண்டிருந்தார்கள்.

"என்ன டீச்சர் பாத்துட்டிங்களா?"

கவிதா மெதுவாகத் திரும்பி வந்து அமர்ந்துகொண்டாள். ஒன்றுமே விளங்கவில்லை. இவ்வளவுக்கும் எதையோ எழுதியபடியே கிருஷ்ணமூர்த்தி பேசிக்கொண்டிருந்தார்.

"இருக்குறது ஆறு பசங்க. அதுல ரெண்டு அண்டர் ஏஜ் (ஐந்து வயதிற்கும் குறைவானவர்கள்). ரெண்டு பேர், இந்த வருசம்

அஞ்சாப்பு முடிச்சு ஹைஸ்கூல் போயிருவாங்க. ஒருத்தன் மூணாப்பு, ஒரு பொண்ணு ரெண்டாப்பு. அந்த அண்டர் ஏஜ் குழந்தைங்க ரெண்டையும் அடுத்த வருசம் ஏதாச்சும் நர்சரி பிரைமரி ஸ்கூல்காரன் ஓட்டிக்கிட்டுப் போயிருவான். இருக்குற ரெண்டுல உங்களுக்கு ஒண்ணு, எனக்கு ஒண்ணு – காலக்கொடும'' கிருஷ்ணமூர்த்தி தலையில் அடித்துக்கொண்டார்.

“டீச்சர் போன வருசம் ஸ்கூல் சார்பா எடுத்த சென்சஸ்ல 5 பிளஸ் அதாவது அஞ்சு வயசு முடிஞ்ச கொழந்தைங்க ஆறு, அதுக ஒண்ணக்கூட இதுவரைக்கும் நம்ம ஸ்கூல்ல வந்து சேக்கல. ஆக மொத்தம் 14 வயசுக்குக்கீழ 28 பசங்க இருக்காங்க நமக்கு 10 வயசுக்குக் கீழதான் கணக்கே, ஆனா, இந்தக் கணக்குபடி 21 பசங்க பத்து வயசுக்குக் கீழதான். அதுல 4 பிள்ளைகதான் இங்க வருது. மீதி 17 பிள்ளைக மஞ்ச பஸ்ஸப் பிடிச்சுட்டுப்போயிருச்சு. என்ன கொடுமைன்னா இந்த 17 பிள்ளைகள்ல 14 பிள்ளைக இங்க இருந்ததுதான் நம்ம மாண்புமிகு முதல்வர் அம்மா, மத்திய அரசு உதவியோட, வறுமைக்கோட்டுக்குகீழ இருக்குற பிள்ளைகள்லா செலக்ட் பண்ணி மொத்தப் பள்ளிக்கூட ஸ்டென்த்ல 25 சதவீதம் (Right to Education- திட்டம்) மூலமா, அந்தப் பசங்களுக்கு அரசாங்கமே பணத்த இங்கிலீஸ் மீடியம் ஸ்கூலுக்கு கட்டிரும். சட்டம் வந்துச்சோ, இல்லையோ பதினாறு பிள்ளைகள பக்கத்துல காமாட்சிபட்டிங்கிற ஊர்ல ஒரு டிரஸ்ட் நர்சரி பிரைமரி ஸ்கூல் இருக்கு, அவிய்ங்க வந்து ஓட்டிட்டுப் போயிட்டானுங்க.''

கவிதாவிற்குக் காற்றாடி சுழற்சியிலும் வியர்த்துக் கொட்டியது. 1916-ஆம் வருசம் ஆரம்பிச்ச ஸ்கூல், சுத்துப்பட்டுக்கு இதுதான் மொதப் பள்ளிக்கூடம். எனக்குத் தெரிஞ்சு 12 டீச்சர்ஸ் வேல பாத்திருக்காங்க, அந்தக் கோவில்லகூட வகுப்பு நடக்கும்.''

“அப்புறம் ஏன் சார் இப்பிடி இருக்கு?''

“மெயின் காரணம் இந்த ஊருல இருக்குற, குறிப்பா இந்தச் சாதியில இருக்குற கட்டுப்பாடு. என்ன சாதின்னு சொல்ல வேண்டியதில்ல. ஒவ்வொரு சாதிலயும் தினுசு தினுசா கட்டுப்பாடுகள் இருக்கும். வெளியூர்லர்ந்து எவனும் பொண்ணு கேட்டு வரவும் மாட்டான், இவனுங்க குடுக்கவும் மாட்டானுங்க. பாதிப் பேருக்குச் சொந்த வெவசாய நெலம். பாதிப்பேர் ஆடு, மாடே கெதின்னு கெடப்பாய்ங்க. இந்த ஊர்ல பொம்பளப் புள்ளைகளுக்கு அம்புட்டுக் கட்டுப்பாடு. அஞ்சாப்புக்கு மேலே

படிக்க வைக்க மாட்டாங்க. புதுச்சட்டத்துல எட்டாம் வகுப்பு வரைக்கும் போகுதுங்க. பசங்க படிச்சாங்களா? அங்கயே எவளாச்சும் ஒருத்திய லவ் பண்ணி கோயம்புத்தூர் திருப்பூர்னு செட்டில் ஆகிருவாங்க. ஏதாச்சும் விசேஷத்திற்கு வந்தாத்தான் உண்டு. வந்தா ரெண்டே நாள்ல எஸ்கேப் ஆகி ஓடிருவாங்க. காரணம் பொம்பளப் புள்ளைகளக் கூட்டிட்டு வர்றப்போ அதுக மூணுநாள் தீட்டுன்னு தெரிஞ்சா ஊருக்கு ஒதுக்குப்புறத்துல ஒரு மண்டபம் இருக்கு. அங்க கொண்டுபோயி அடச்சிருவாங்க.''

“இந்தக் காலத்துலயுமா?''

“அதேமாதிரி காலனி பீப்பிள்ஸ் கல்யாணம் முடிஞ்சு வெளியில செட்டிலாயிருவாங்க. மத்தக் கேஸ்ட்டாச்சும் திருவிழாவுக்காச்சும் வருவாங்க. இவனுங்க எட்டியே பாக்குறது கெடையாது. ஊருக்குள்ள செருப்பக் கக்கத்துல கவ்விக்கிட்டு நடக்க யாரு வருவா?. நம்ம ஸ்கூல்ல இப்ப இருக்குற ஆறு பிள்ளைகளும் காலனி வீட்டுப் பிள்ளைகதான். அவனுங்களும் இந்த ஊர் பக்கத்து ஊர்ல சீப்பர் வேலை, பொணம் எரிக்கிற வேலை செய்றவங்களோட புள்ளைகதான். ஒரு காலத்துல பள்ளிக் கூடத்துக்குள்ளயே நொழைய வேண்டாம்னு யார நாமெல்லாம் நிறுத்தி வச்சமோ, அந்தப் பசங்கதான் இந்தப் பத்து வருசமா இந்தப் பள்ளிக்கூடத்தையும், இங்க வேலை பாக்குற டீச்சர்களோட குடும்பத்தையும் காப்பாத்துறானுங்க.''

கவிதாவுக்கு ஒன்றுமே விளங்கவில்லை. இவ்வளவு உள்ளடங்கிய கிராமங்களைப் பார்த்திராதவளுக்கு இங்கே மண்டிக்கிடக்கிற சாதிய மூடநம்பிக்கைகள் ஒன்றும் அறிந்திருக்கவில்லை. நாவரண்டு போக... பாட்டிலில் இருந்து தண்ணீரை எடுத்துக் குடித்துவிட்டு, பாட்டிலை மூடிவைத்தாள்.

“டீச்சர்! இந்த மாஸ்டர்ல நீங்க வந்த நேரம் சைன் பண்ணுங்க, இந்தாங்க பள்ளிக் கண்ணாடி... இதுல முதல், இரண்டாவது, மூன்றாவது ஆக மூன்றையும் சைன் பண்ணுங்க.

கொடுத்துவிட்டு எழுந்து பீரோவைத் திறந்து எதையோ தேடி எடுத்தார். கவிதாவின் ஆர்டர் காப்பியையும் வருகைப் பதிவேடு மற்றும் பள்ளிக் கண்ணாடியையும் ஒரு பையில் எடுத்து வைத்தார். தட்டியின் பக்கம் திரும்பி அடுத்த அறையில் இருந்த டீச்சர் பெண்ணை அழைத்தார்.

"வசந்தா! அம்மா வசந்தா!! கொஞ்சம் வாம்மா..."

மெதுவாக அந்தப் பெண் எழுந்து வந்தாள் செல், "நெஞ்சுக்குள்ள குடியிருக்கும்..." பாடிக்கொண்டிருந்தது.

"ஏம்மா! கூப்பிடுறப்பாச்சும் செல்ல ஆப் பண்ணக் கூடாதா",

"சாரி சார்!"

"இதப்பாருங்க... இவங்க நம்ம பள்ளிக்கூடத்துக்குப் புதுசா ஜாயிண்ட் பண்ணிருக்குற டீச்சர்".

அந்தப் பெண் நாளையிலிருந்து வேலை காலி என்பதால் வணக்கம்கூட வைக்கவில்லை.

"நாளைலர்ந்து டீச்சர் பாத்துப்பாங்க நீ வீட்டுக்குப் போகலாம்"

"அம்புட்டுதான, ஓகே சார். இப்பவே கௌம்பவா இல்ல மத்தியானம் போகவா?"

"நான் என்னம்மா செய்யட்டும்? இந்தா... இந்த மாசச் சம்பளம் முழுசா வாங்கிக்க. நான் அவ்ளோதான் செய்ய முடியும்."

வாங்கிக்கொண்டு அந்தப் பெண் ஒன்றும் சொல்லாமல் சென்றுவிட்டாள்.

சென்றபின் கிருஷ்ணமூர்த்தி தன் ஹெல்மெட், கூலிங்கிளாஸ், எல்லாம் சரிபார்த்து எடுத்துக்கொண்டு, கொஞ்சம் யோசித்து, திரும்பவும் பிரோவைத் திறந்து இரண்டு நோட்டுகளைத் தேடி எடுத்துக்கொண்டு புறப்பட்டு,

"டீச்சர்! உங்க ஜாயினிங் ரிப்போட்ட ஆபீஸ்ல குடுத்துட்டு, HM மீட்டிங்க அட்டன்ட் பண்ணிட்டு அப்படியே வீட்டுக்குப் போயிருவேன். 4.10க்கு மேல ஸ்கூலப் பூட்டி... சாவிய அதோ அந்தப் பொட்டிக்கடைல குடுத்துருங்க."

"ஓகே, சார்!"

சென்றவர் திரும்பி நின்று கவிதாவைப் பார்த்து,

"கவலப்படாதீங்க, எல்லாம் சரியாகிடும்னு சொல்ல மாட்டேன். கொஞ்சம் கொஞ்சமாப் பழகிடும்."

"இல்ல சார்! கொஞ்சம் கொஞ்சமா சரிபண்ண முயற்சி செய்வோம் சார்!"

அவர் ஒன்றும் விளங்காமல் சிரித்துவிட்டு சென்றபின் அவரிடம் கெத்தாகச் சொல்லிவிட்டாலும் நினைத்தால் படபடப்பாக இருந்தது, லேசாக தலை வலிக்க, அப்படியே தலையைப் பிடித்தபடி நாற்காலியில் அமர்ந்தாள். தூரத்தில் கிருஷ்ணமூர்த்தியின் புல்லட் சத்தம் கொஞ்சம் கொஞ்சமாகத் தேய்ந்தது. பையில் இருந்த தலைவலித் தைலத்தை எடுத்து புருவத்திற்கு மேலும் நெற்றிப்பொட்டிலும் காது மடல்களுக்குக் கீழும் தேய்த்துக்கொண்டு மூக்கில் வைத்து மெதுவாக உறிஞ்சினாள். இந்த இதம் இப்போதைக்குக் கவிதாவிற்குத் தேவைப்பட்டது. கண் இமையில் கொஞ்சம் தேய்த்து கண்கள் எரிந்து கண்ணீர் கொஞ்சம் வந்தால் தேவலாம்போல இருக்கவே... அதே கைவிரல்களைக் கண் இமைகளில் வைக்க... கண்கள் எரிச்சல் கொண்டு கண்ணீர் வந்தது. கண்ணீர் வர, மூக்கு சளி பிடித்துக் கொண்டு அடைக்க... கர்ச்சீப்பை எடுத்து மூக்கை சீந்தினாள்.

மீண்டும் வசந்தா அங்கே வந்தாள்.

“டீச்சர்! லஞ்ச் டைம் ஆச்சு.”

அப்போதுதான் கைக்கடிகாரத்தைப் பார்க்க... டைம் 12-40ஐக் காட்டியது.

“பாத்துக்கோங்க டீச்சர், மெடிக்கல் லீவு போட்டா நானே பாத்துக்கிறேன். நாளைக்கு 100 ரூவா மாணிக்குப் போட்டுக் குடுத்தா போதும்... இப்போ பசங்களுக்குச் சாப்பாடு வந்திரும்”.

“வந்திருமா”

“ஆமா டீச்சர்!, ஆயாவோட அம்மா கொண்டுவருவாங்க”.

“டீச்சர்! 10 பிள்ளகளுக்குக்கீழ இருக்குறதுனால, சத்துணவு சென்டர தூக்கிட்டாங்க. பக்கத்து காமாட்சிபட்டியிலிருந்துதான் சாப்பாடு வரணும். ஆனா அங்கிருந்து கொண்டுவர சங்கடப்பட்டுக்கிட்டு, அந்தப் பள்ளிக்கூடத்துல வேல பாக்குற ஆயாவோட அம்மா இங்கதான் வட சுட்டு விக்கிது. அதுகிட்ட அரிசியும் பருப்பும் குடுத்துருவாங்க. அது ஆக்கிட்டு வந்து புள்ளகளுக்குக் குடுக்கும். அத அவிய்ங்க நாய்க்கு போட்டுட்டுப் பொட்டிக்கடைல அப்பளமும் ஆரஞ்சு சர்பத்தும் வாங்கிச் சாப்புட்டுக் கெடப்பாய்ங்க, நான் வர்றேன் டீச்சர்!”

வசந்தா சென்றதும் கவிதா தட்டியைத் தாண்டி வகுப்பறைக்குள் நுழைந்தாள். குழந்தைகள் கண்டுகொள்ளவில்லை. ஆனாலும்

குசுகுசுவென பேசிக்கொண்டார்கள். தலைமை ஆசிரியர் ஒரு சம்பிரதாயமாகக்கூட அறிமுகப்படுத்தவில்லை.

"பிள்ளைகளா! ஏய் பிள்ளகளா..."

அப்பொழுதுதான் கைகளைக் கட்டியபடி ஒவ்வொருவராக அருகில் வந்தார்கள். குழந்தைகள் கொஞ்சம் தள்ளியே நின்றார்கள்.

"நானென்ன பூதமா? இப்புடித் தள்ளி நிக்கிறீங்க... பக்கத்துல வாங்க."

குழந்தைகள் நெகிழ்ந்து, குழைந்து, சிரித்து, வெட்கப்பட்டு அருகில் வந்தார்கள், மண்டியிட்டு அமர்ந்து குழந்தைகளின் முதுகைத் தடவிப்பிடிக்க, கவிதாவின் தாய்மை உயிர்த்தெழுந்தது. மயிர்கூச்செறிந்து, கண்கள் பணிந்தன.

"நான்தான் உங்க புது டீச்சர்! எம்பேரு கவிதா! ஏன், உங்க சார்கிட்டயும் வசந்தா டீச்சர்! கிட்டயும் பக்கத்துல போயி நிக்க மாட்டிங்களா?"

இல்ல டீச்சர்! HM சார் பக்கத்துல போனாலே 'ஏய் போ, போய், படி, எழுதுன்னு பத்தி விட்டுருவாரு, வசந்தா டீச்சர் எப்பப் பாத்தாலும் செல்ல நோண்டிக்கிருப்பாங்களா, நாங்க பாத்துருவோம்னு பக்கத்துல விடமாட்டாங்க"

"சரி சரி எங்கிட்ட நீங்க அப்புடி இருக்க வேண்டாம் நானும் படிக்க, எழுதச் சொல்லுவேன். அதுக்குத்தான் வந்திருக்கோம். நானும் செல்லப் பாப்பேன், அத எங்கூட சேந்து நீங்களும் பாக்கலாம், சரியா"

"அப்ப வெளக்கமாத்தக்கொண்டு அடிக்க மாட்டிங்களா டீச்சர்?"

"ஏய்!"

"எங்கம்மா செல்ல எட்டிப் பாத்தா... வெளக்கமாத்தக் கொண்டு அடிக்கும்."

"அப்படியெல்லாம் செய்ய மாட்டேன். வாங்க கை, காலக் கழுவுங்க."

அந்த மந்திரச் சொல்லில் காந்தமாய் ஒட்டிக்கொண்டார்கள். கள்ளம் கபடமற்ற பிஞ்சுக் குழந்தைகளின் அருகமர்வு ஒரு நிமிடத்தில் கொண்ட வாஞ்சை கவிதாவிற்குள் ஒரு புத்துணர்வை ஏற்படுத்தியது. தனக்குப் பசிக்குமே என வாங்கி வந்த பிஸ்கட்டைக் குழந்தைகளிடம் கொடுக்கவும் ஒவ்வொரு குழந்தையின் முகமும்

ஒவ்வொரு சூரியனாய் மாறி விட்டது. அவர்களே ஒருவருக்கொருவர் பார்த்துச் சிரித்துக்கொண்டார்கள். “சூப்பர்” என்பதாய் கண்களாலேயே ஜாடை செய்து கொண்டார்கள்.

அப்போது வயதான பாட்டி ஒரு பழைய ஈயத்தூக்கில் சாப்பாடும் ஒரு சருகுப்பையில் முட்டையும் கொண்டு வந்தார். அந்தத் தூக்கு வெளிப்புறமாக விளக்கி பல நாள்கள் கண்டதுபோல் பரிதாபமாக இருந்தது. தூக்குக் கம்பி பிய்ந்துபோய் கட்டுக்கம்பியை வைத்துக் கட்டியிருந்தார்.

அந்தப் பாட்டி புதிதாக யாரோ ஒருவர் நிற்பதைக்கூடப் பொருட்படுத்தாமல், படியில் அமர்ந்து தூக்குமூடியைத் திறக்க முயற்சி செய்துகொண்டிருக்கும்போது,

“பாட்டி! இவங்க எங்க புது மிஸ். கவிதா மிஸ். பிஸ்கெட் எல்லாம் குடுத்தாங்க.”

“வா தாயி! புதுசா வந்திருக்குறதுகூட அடையாளம் தெரியலை. அந்த எத்துலு மகதான்னு நெனச்சிக்கிருக்கேன். என்ன செய்ய, கண்ணு மங்கலடிக்குதுண்டு ஊருக்கு செக்கப்புக்கு வந்த டாக்டருகிட்ட போயி கண்ணக் காமிச்சேன். அவே பேட்டிரி அடிச்சு உத்துப் பாத்திட்டு பொறையேறிக் கெடக்கு. ஆப்ரேசன் செய்யணும்னு சொல்லி. எலவச ஆப்ரேசன் ஒரே நாள்ல என்னையுஞ் சேத்து, பத்து பன்னெண்டு பேர வண்டியில ஏத்திக் கொண்டு போயி ஆப்ரேசன் செஞ்சு கொண்டு வந்து எறக்கி விட்டாங்க பாரு… கொஞ்சநஞ்சம் தெரிஞ்சதும் சுத்தமாப் போச்சு. அதேன் அடையாளம் தெரியலை.”

“பரவாயில்லை பாட்டி!”

எந்தூரம்மா?”

“தேனி பக்கத்துல அன்னஞ்சி.”

“அம்புட்டுத் தொலைவுல இருந்தா வாரே?”

“ஆமா பாட்டி! பஸ் இருக்குல்ல…”

பாட்டி தூக்குமூடியைத் திறநதவுடன் முகம் சுழிக்கும்படியான வாசனை வெளி வந்தது. குழந்தைகளின் முகத்தில் பிஸ்கட்டுக்கு மலர்ந்த சூரியன் சட்டென அஸ்தமனம் ஆகிப் போனது. பரிதாபமாகக் கவிதாவைப் பார்த்தார்கள். முட்டையைத் தட்டில் எடுத்துப் போட்டுவிட்டு தன் கையாலேயே சாப்பாட்டை நோண்டி எடுத்துத் தட்டில் போட… குழந்தைகள் முகம் இன்னும் வாடிப்

போனது. முட்டையை மட்டும் எடுத்துச் சாப்பிட்டு விட்டு, சாப்பாட்டை வாயில் வைத்து மென்றுகொண்டிருந்தார்கள். ஒரு குழந்தை மட்டும் முழுவதுமாகச் சாப்பிட்டு முடித்து விட்டது.

அண்டர் ஏஜ் குழந்தைகளுக்கு மட்டும் முட்டை கொடுக்கப்படவில்லை. முட்டை பிடிக்காத இரண்டு குழந்தைகள் அதைச் சிறிய குழந்தைகளிடம் கொடுக்க... முகம் மலர்ந்து வாங்கிக் கொண்டார்கள். இருவரும் ஒருவரை ஒருவர் பார்த்துச் சிரித்துக் கொண்டார்கள்.

சாப்பாட்டில் கொஞ்சம் பருப்பு, மிளகாய்த் தூள், மஞ்சள்தூள் மட்டுமே இருந்தன.

“என்ன பாட்டி! சாப்பாடு இப்பிடி இருக்கு? இதை நாம சாப்பிடுவமா?”

“என்ன தாயி செய்ய? அவக குடுக்குறத வச்சி ஆக்கிப் போடுறேன். மாசம் ஐநூறு ஓவாயும் கொஞ்சம் அரிசியும் பருப்பும் எனக்குக் குடுப்பாங்க.” என்று கூறிவிட்டு பண்டபாத்திரங்களை எடுத்துக்கொண்டு அடுத்த பேச்சுக்கு நிற்காமல் இடத்தைக் காலி செய்தது பாட்டி.

கவிதாவுக்கு இங்கே உள்ள ஒவ்வொரு பிரச்சனையும் புலப்படத் தொடங்கியது.

2

மானாவாரி நிலத்தின் ஊடாக வகிடெடுத்தாற்போல் கிடக்கும் தார்ச்சாலையின் மீது மரவட்டையாய் நகர்ந்துகொண்டிருந்த சிற்றுந்தில் அமர்ந்திருந்த கவிதாவிற்கு, இந்தச் சூழல் புதியதுதான். நகரத்தில் பிறந்தவள் இல்லை என்றாலும் அவ்வளவு உள் வாங்கிய கிராமம் அல்ல, அது தேனி அல்லிநகரத்தை ஒட்டிய ஒரு கிராமம், அதனால் இந்த வெற்றிடப் பயணம் ஒருவிதப் பிரமிப்பை ஏற்படுத்தியது. தோட்டங்களில் இருக்கும் வீடுகளில் குடியிருக்கும் மக்கள் சிற்றுந்தில் பயணம் செய்கிறார்கள். ஒவ்வொரு இடத்திலும் நிதானமாக இறக்கி ஏற்றிச் செல்கிறார்கள்.

அங்கொன்றும் இங்கொன்றுமாய் ஓவியமாய் நிற்கும் பனை மரங்கள் சில கற்றாழைச்செடிகளின் உயரம், அதன் நுனியில் பூத்திருக்கும் பூக்கள் என எல்லாமே ஆச்சர்யம்தான் கவிதாவிற்கு. தூரத்தில் ஒரு பெரியவர் நம்பிக்கையோடு ஏதோ ஒரு தானியத்தை விதைத்துக்கொண்டிருந்தார்.

ஒரே ஆச்சர்யம் கவிதாவிற்கு. ஒற்றைக் கோமணம் கட்டிக் கொண்டு ஒரு விவசாயி, விதைக்கிறபோது ஏன் இவ்வளவு அழகாக மகுடமாய்த் தெரிகிறது. அதேபோல், ஒருபோதும் நாற்று நடும் பெண்களின் ஏற்றிச் சொருகிய சேலை அபத்தமாகத் தெரிவதில்லை, ஏன்?

சிந்தனை ஓட்டத்தில்தான் இறங்கவேண்டிய இடம் வந்து விட்டதை மறந்து விட்டாள்.

சின்னமனூரிலிருந்து தேனிக்கும் தேனியிலிருந்து தனது ஊருக்குமாக பயணக்களைப்பு ஒருவிதத் தலைவலியை ஏற்படுத்தி விட்டிருந்தது.

கவிதா வீட்டு வாசலை நெருங்கும்போது பக்கத்து வீட்டு அனுசுயா அக்கா அவரது வீட்டின்முன் பூக்களைப் பறித்தபடியிருந்தார்.

“கவிதா! அம்மூருக்கு வந்தாச்சாம்ல, சொல்லவேயில்ல? வெள்ளத்தேவம்பட்டியா, அது எங்குட்டுக் கெடக்கு? கஷ்டப்பட்டு கருமாயப்பட்டு வந்ததுதே வந்த அல்லிநகரத்துச் செவ வந்திருக்கக்

கூடாது. மூணு பஸ் மாறணுமாம்ல? ஒம்புள்ள இந்நேரந் தண்டியும் இங்கனயே ஒனக்கொசரம் காத்துக் கெடந்துட்டு பாரிஜாதம் மக கூட இப்பத்தே போனா. ஆமா, இம்புட்டு தூரம் போயிட்டு வாரது செரமமா இருக்காது?"

"எங்குட்டோ தெச தெரியாத எடத்துல இருந்துக்கிட்டு, இங்க அப்பா என்ன செய்றாரோ என்னமோன்னு கவலப்பட்டுட்டிருந்தா சரிவராதுக்கா!"

"அதுவும் சரிதே. மசங்குனாகூட வீட்டுக்கு வந்துரலாம்ல. சரி சரி, அசந்து வந்த புள்ளய நிக்க வச்சி பேசிக்கிருக்கேன். போ கவிதா! காபிய கீபியப் போட்டுக்குடி."

அனுசியா பேசியபடியே வீட்டுக்குள் நுழைய... கவிதாவும் உள்ளே நுழைந்தாள்.

அப்பா வழக்கம்போல் சோபாவில் கண் அயர்ந்திருந்தார். கவிதாவிற்குத் தலைவலி அதிகமாகவே இருந்தது. இது தைலம் தேய்த்தால் போகக்கூடியதல்ல, சூடாக எதையாவது குடித்து நரம்பின் இறுக்கத்தை தளரச் செய்ய வேண்டும்.

படுக்கை அறைக்குள் புகுந்து தாழிட... அந்தச் சத்தத்தில் அப்பா முழித்துக்கொண்டார். வந்திருப்பது கவிதாதான் என்று தெரிந்து கொண்டு மீண்டும் கண்களை மூடிக்கொண்டார்.

கவிதா சேலையிலிருந்து நைட்டிக்கு மாறினாள். சடையைத் தளர்த்தி கொண்டையாகப் போட்டு இரண்டு பக்கமும் ஹேர்பின்களைச் சொருகிக்கொண்டாள். கழிவறைக்குச் சென்று வெகு நேரமாக அடக்கி வைத்திருந்ததை, அவஸ்தைகளை வெளியேற்றவுமே பாதியாகத் தலைவலி குறைந்துவிட்டதாய்த் தெரிந்தது. 'சோப்பு போட்டு முகம் கழுவினால் இந்த எண்ணெய்ப் பிசுக்கும் அதில் ஒட்டியுள்ள புகைச்சாம்பலும் தூசும் போகும்' என்று நினைத்துக்கொண்டே முகம் கழுவினாள். கழிவறையை விட்டு வெளியே வந்து, துண்டை எடுத்து முகம் துடைத்தாள்.

"அம்மா! துர்கா குடுத்தா"

என்று லாலிபாப்பைக் காட்டியபடி ஓடிவந்து தாத்தாவின் அருகில் நின்றுகொண்டு தாத்தாவின் கையைக் கிள்ளினாள் குழந்தை. அவர் விழித்துக் கொண்டார்.

"அதுக்கு ஏன் தாத்தாவக் கிள்ளுற?"

“ம். அப்புடித்தே கிள்ளுவேன். உங்க தாத்தாவா..? எங்க தாத்தால்ல... அப்புடித்தே கிள்ளுவேன்.”

“அவருக்கு வலிக்காதா?”

“அட விடும்மா! பிஞ்சுக் கையில கிள்ளி என்ன வலிக்கவா போகுது?”

“தாத்தா! அந்த மாட்டுக்கார தாத்தா இருக்கார்ல... அந்தத் தாத்தா, ‘ஏய் குட்டிப்புள்ள! உங்க தாத்தே குப்பையாண்டி என்ன செய்றான்’னு கேக்குறாரு தாத்தா.”

“ஹ ஹ ஹ அவனா, பொடுகு ராமசாமி! அவனப் போகச்சொல்லு ஆமா, நீயென்ன சொன்ன..?

“நீதே குப்பையாண்டின்னு சொல்லிட்டு ஓடி வந்துட்டேன்.”

“சரி சரி. கையக் கால கழுவிட்டு வந்து பால் ஆத்தித் தர்றேன். குடிச்சிட்டு ஹோம்வொர்க்க செய்யணும் போ.”

“இரும்மா! அம்மா எங்க மிஸ்சு பேரு பாப்பாத்தி ஹ ஹ ஹ.”

“அதுவும் பேருதான... அதுக்கு ஏன் இளிக்கிற?”

“அம்மா மறந்துட்டேன்... மிஸ்சு இங்கிலீஸ் நோட்டுல போன் நம்பர் குறிச்சு விட்டாங்க. இரு எடுத்துக் காமிக்கிறேன்.“

“ஏய், ஏய், நீ மொதல்ல கால், கையக் கழுவிட்டு வா. ஹோம் ஒர்க் செய்றப்பப் பாக்குறேன். சொன்னாக் கேளு பாப்பா!”

“இந்தா பாரு, இதே நம்பர்.”

“சொன்னதக் கேக்குறயா குடு, போ... போயி கை, காலக் கழுவு”

“போகும்போதே தாத்தாவைக் கிள்ளிவிட்டுச் சென்றாள்.

“பாப்பா!”

“அட நீயேம்மா!”

சமையலறைக்குள் நுழைந்து சிறிது நேரத்தில் காபியுடனும் பாலுடனும் வந்தாள்.

“பாப்பா!”

“அது எங்க, அது ஓடிப்போச்சு.”

“இத?”

“அட அப்பிடி வையும்மா! வந்து குடிக்கட்டும்.”

“அப்பா! நீதாம்பா அந்தப் புள்ளயக் கெடுக்குறதே.”

“ஆமா, போக வர பஸ்சு எப்படின்னு கேட்டுக்கிட்டையா?”

“ம் கேட்டுட்டேம்பா! சின்னமனூர்ல 8.30 மணிக்கு மினி பஸ் கெளம்பும். 9 மணிக்குப் பள்ளிக்கூடம் போயிரலாம். சாயந்தரம் நாலரைக்கு அங்கிருந்து மினி பஸ், கவர்மெண்ட் டவுன் பஸ் எல்லாம் கெடையாது.

“அப்ப சரி, டயத்துக்குப் பஸ்சு இருக்குல்ல? பெரிய பாரம் கொறஞ்சமாதிரி இருக்கு, ஆமா, பள்ளிக்கூடத்துல பிள்ளக சத்தமே காணலயேம்மா! எத்தன புள்ளக இருக்காக.”

கவிதாவிற்கு உண்மையைச் சொல்லலாமா, வேண்டாமா என்று ஒரே குழப்பமாக இருந்தது. எப்படியும் பிரச்சனை என்று வரும்போது சொல்லித்தானே ஆக வேண்டும். பாவம் மேலும் மேலும் அதிர்ச்சிகளைத் தாங்கும் மனிதராக ஆக்கப்பட்டு விட்டார்.

“என்னம்மா! கேட்டுக்கிருக்கேன்... எங்கனயோ பாத்துக்கிருக்க?”

கவிதாவின் சிந்தனையைச் செல்போனின் ஒலி கலைத்தது. தொங்கிக்கொண்டிருக்கும் கைப்பையிலிருந்து போனை எடுத்தாள். அது திருவண்ணாமலையில் தன்னுடன் வேலை பார்த்த தேன்மொழி. தான் என்றால் அவளுக்கு மிகவும் இஷ்டம்.

“அக்கா! எப்புடி இருக்கீங்க?”

“நான் நல்லாருக்கேன் கவி! என்ன ஜாயிண்ட் பண்ணிட்டயா? நீயே போன் பண்ணுவேன்னு பாத்தேன்”.

“அக்கா! சாரிக்கா, அங்க போன் சிக்னல் வீக், இப்பதான் வீட்டுக்கு வந்து காபி போட்டுக் குடிச்சிட்டிருந்தேன். கூப்புட்டிங்க”

“ஆமா, ஸ்கூல் எப்பிடி? ஸ்டெரென்த்துக்குப் பயந்தையே.”

“ஆமாக்கா! அதேதான் பிராப்ளம். மொத்தமே ஆறு ஸ்டுடண்ட், அதுல ரெண்டு அண்டர் ஏஜ்.”

“அய்யோ, அப்புறம், ஏம்பா விசாரிச்சு டிரான்ஸ்பர் வாங்குறதில்லையா?”

“என்ன செய்ய? டிரான்ஸ்பர் கெடச்சா போதும்ணுதே தோணுதே தவிர? இதெல்லாம் தோணலியே”

“சரி சரி, நீ போய்டைல்ல... எப்பிடியும் ஸ்டெரென்த்த கொண்டாந்துருவ.”

“ஆமாக்கா! ட்ரை பண்ணணும்.”

“ஏய்! குட்டி என்ன செய்றா? ஸ்கூல்ல சேத்துட்டியா? அவகிட்ட போன குடேன்.”

“அட நீ ஒண்ணு. வீடு தங்குறதில்ல. ஒரே விளையாட்டுதான். அன்னஞ்சியில நம்ம யூனியன் ஸ்கூல்ல சேத்திருக்கேன். நான் அவ வரவும் கூப்பிடுறேங்கா.”

“சரிப்பா! பை.”

போனைக் கட் செய்துவிட்டு அப்பாவைப் பார்க்க... அவர் பேய் அறைந்ததைப்போலக் காணப்பட்டார்.

“என்னம்மா சொல்ற?”

“என்ன சொல்ல? நம்ம மண்டைல ஏறி ஒக்காந்த பிசாசு இன்னும் இறங்கலைன்னு அர்த்தம்.”

“போனக் குடு.”

“அப்பா! தேனிக்குள்ள வர்றது குதுரக் கொம்பு. நமக்கு ஒதவி செஞ்சவங்கள மேலும் மேலும் கஷ்டப்படுத்தக் கூடாது. எப்பிடியும் பிள்ளகளச் சேத்துரலாம்னு எனக்கு நம்பிக்கையிருக்கு, காபி ஆறிடப் போகுது, சாப்புடுப்பா நான் பாப்பாவப் பாத்துட்டு வர்றேன்.”

கவிதா சென்றபின் ஆறிப்போன காபியைக் குடித்தார், ஆனால் மனசு ஆறவில்லை.

எழுந்து சென்று கவிதாவின் தாய்மாமா சுந்தரத்திற்குப் போன் செய்தார்.

எதிர்முனையில்...

“சொல்லுப்பா! கவிதா ஜாய்ன்ட் பண்ணிட்டாளா?“

“பண்ணிட்டாப்பா, சுந்தரம், அங்க புள்ளகளே இல்லயாம்பா.”

“அப்பா! மொத்தம் ஆறு புள்ளக இருக்குல்ல. கொள்ள பள்ளிக் கூடத்துல அப்புடித்தே இருக்கு. ரெண்டு வாத்தியார் பள்ளிக்கூடத்துல

முக்காவாசி அப்பிடித்தே இருக்கும். அடுத்த வருசம் எங்குட்டாச்சும் பக்கத்துல நாலஞ்சு உருப்படிய புடிச்சு சேத்துருவோம்."

"என்னப்பா! ஆட்டையோ, மாட்டையோ சொல்றமாதிரி சொல்ற?"

"மாமா! எங்களுக்கு எல்லாமே எண்ணிக்கதே."

"இங்கிருந்து தூக்குற நெலம வந்தா என்னப்பா செய்றது?"

"அதெல்லாம் பாத்துக்கிடுவோம், புள்ளகள எண்ணி எண்ணி வாத்தியாரச் சேத்தா எந்தப் பள்ளிக்கூடமும் உருப்படாது. அப்பிடி ஆக்கி வச்சிட்டானுங்க. கிராமத்துல ஒரு புள்ள இருந்தாலும் அந்த புள்ளக்கி படிப்பு தரவேண்டியது அரசாங்கத்தோட கடம. நீ ஒண்ணும் கவலப்படாத. திருவண்ணாமலைலர்ந்து கொண்டு வந்தவனுக்கு இங்கனக்குள்ள மாத்தத் தெரியாதா, பிரச்சன வந்தா பாத்துக்கிடுவோம். இந்தா, இப்பத்தே துணை முதல்வரப் பாக்கக் கெழம்பிக்கிருக்கேன். காத்து வாக்குல காதுல போட்டு வச்சிர்றேன். கவலைய விடுப்பா?"

கவிதா பாப்பாவின் கையைப் பிடித்துக்கொண்டு உள்ளே வந்தாள்.

"நெனச்சேன், நீயும் இருக்கையேப்பா!"

"அடப் போம்மா! செஞ்சா செம்மக்கிச் செய்யணும். இல்லன்டா, செய்யப்புடாது"

"நீ விடுப்பா! நான் பாத்துக்கிறேன். மகிஷா டேபிள்ல பால் இருக்கு. எடுத்துச் சாப்புடு, ச்சோ.., கீழ உக்காரு பாப்பா! கொட்டிரும்."

சமத்தாகக் குழந்தை கீழே அமர்ந்துகொண்டாள்.

"ஏந்தே ஒனக்கு மட்டும் இப்பிடி நடக்குதோ... உங்கம்மா எந்த நேரத்துல உன்னைய எறக்கி வச்சாளோ, எது எடுத்தாலும் தடங்கலா? பன்னெண்டாப்புல பரிச்ச எழுத முடியாம டைபாய்டு காச்ச வந்துச்சு, ஓ மாமே மகனுக்குக் கல்யாணம் பேசி முடிச்சு பத்திரிக்க அடிச்சு, அவே ஓடிப்போயிட்டான். தங்கமான மனுசன்டு கல்யாணம் செஞ்சு குடுத்து அதுல எம்புட்டுப் பெறச்சன. பாவம் இந்தப் பிஞ்ச வேற... சரி, வேல கெடச்சுருச்சுன்னு சந்தோசப்பட்டா இந்தா இப்பிடி வந்து நிக்கிது."

கவிதா எழுந்து கிச்சனுக்குள் சென்றுவிட்டாள். அவருக்குக் கண்கள் பணிந்தன. எப்படிப்பட்டவள் என் மகள். எவனுக்கு பிறக்கும் இப்பிடி ஒரு பிள்ள. சொந்தபந்தங்களிடம் அவள் காட்டும் அனுசரிப்பு, மற்றவர்களுக்கு அவர்கள் கேட்காமலேயே உதவும் குணம், கட்டிக் கொடுத்த வீட்டில் எல்லோரிடமும் எப்பிடி நடந்துகொண்டாள். அவளது மாமியார் ஒருமுறை கண்ணீர் பொங்கப் பொங்க. ‘எம்புள்ளயண்டுதே சொல்லணும் மருமகள்னு சொல்ல மாட்டேன்.’ என்று என்னிடம் நேரில் கூறிய போது எவ்வளவு சந்தோசப்பட்டேன். ஆனால் அந்த மாமியாரே பின்னாளில் எப்பிடி மாறிப் போனாள். எல்லாரும் விரும்புகிற, எல்லாரும் மதிக்கிற என் மகளுக்கு ஏன் தொடர்ந்து இப்பிடியெல்லாம் நடக்கிறது.

தன் அருகில் இருந்த அழுக்குத் துண்டால் கண்களைத் துடைத்துக்கொண்டார்.

குழந்தை சிலேட்டில் எதையோ எழுதிக்கொண்டிருந்தாள்.

உள்ளே கவிதா சிந்தி நின்ற கண்ணீர் வெளியில் இருக்கும் அப்பாவிற்குத் தெரியாது. சத்தம் வராமல் அழும் வித்தையில் கவிதா கைதேர்ந்து விட்டாள்.

குழந்தை சிலேட்டில் எழுதியதை எடுத்துக்கொண்டு சமையலறையில் நுழைய, அவசரமாய் தன் கண்ணீரைத் துடைத்துக் கொண்டு,

பாப்பா என்ன எழுதிருக்க? வாங்கிப் பார்த்தாள்.

அம்மா, தாத்தா என்று எழுதியிருந்தாள். அருகமர்ந்து கட்டிப் பிடித்துக்கொண்டாள், சுமை தாங்கியை.

3

கவிதா சிற்றுந்தைவிட்டு இறங்கும்போது, "யாரை நம்பி நான் பொறந்தேன் போங்கடா போங்க" என்று ஒலிபெருக்கி சத்தமாக ஒலித்துக்கொண்டிருந்தது. யாரோ இறந்ததற்கான அறிகுறிதான் இது. எல்லாம் மாறிவிட்டது. இப்பொழுதெல்லாம் ஒலிபெருக்கியைக் கட்டி சாவு பேரைச் சொல்லியே சாகடிக்கிறார்கள். கிராமங்களில் ஒப்பு வைக்கும் கிழவிகள் எல்லாம் போய்சேர்ந்து விட்டார்கள். இந்தக் கலையை அவர்கள் சந்ததிக்குக் கொண்டு செல்லவில்லை. கிராமியக் கலைகளான ராஜா-ராணி ஆட்டம், கரகாட்டம், தப்பாட்டம் என்று எல்லா ஆட்டக் கலைஞர்களும் வஞ்சிக்கப்பட்டு விட்டார்கள்.

பள்ளிக்குள் நுழையும்போதே தலைமையாசிரியர் வண்டி நின்று, அவர் வந்து விட்டார் என்பதைக் காட்டியது. பள்ளியை நெருங்க நெருங்க... தலைமை ஆசிரியர் உடன் யாரோ வாக்கு வாதத்தில் ஈடுபடுவது தெரிந்தது.

"சார்! என்ன சார் இப்படிப் பேசுறீங்க? புள்ளைங்கள எங்க கொண்டுபோய் விட்டுட்டுப் போறது சார்." எல்லாமே தெரிஞ்ச நீங்க இப்படிப் பேசலாமா? புரிஞ்சுக்கிட்டுப் பேசுங்க. "நானும் இந்த ஸ்கூல்ல படிச்சவன்தான்."

கவிதா உள்ளே நுழையவும் விவாதம் செய்துக் கொண்டிருந்தவர் பேசுவதை நிறுத்திவிட்டு சற்று ஒதுங்கி நின்றார். அவரது மகள் விவாதம் செய்துக்கொண்டிருந்த அவரின் கையை மெதுவாகச் சுரண்டி, "அப்பா புது மிஸ்."

"என்ன சார்! என்ன விஷயம்?"

"வாங்க டீச்சர் நீங்கதான் கேளுங்க."

"வணக்கம்மா! இந்த ஊரில் வேலை வெட்டி ஒன்னும் அமையல. ஆறு மாசத்துக்கு முன்னாடி ஏலக்கா எஸ்டேட்டுக்குப் போனேன். அங்கதாங்க வேலை. குடும்பத்தைக் கூட்டிட்டுப் போகலாம்னு நினைச்சேன். பாப்பாவோட சர்டிபிகேட்டைக் கேட்டா, சார் புரிஞ்சுக்காமச் சத்தம் போடுறார்.'' கவிதாவின் தலையில் இடி இறங்கியது. தலை திடீர் அதிர்ச்சியில் கிண் என்று வலித்தது.

“இருக்கிறதே 4 ஸ்டூடண்ஸ்தான். அதுல ஒரு குழந்தையைக் கூட்டிட்டுப் போயிட்டா எப்படின்னு சார் கேட்ருப்பார்.”

‘‘அதுக்கு நான் என்ன செய்ய முடியும்? கொஞ்ச நேரம் நிசப்தம் நிலவியது.

கவிதா மெதுவாக நகர்ந்து, ‘மொதல்ல உட்கார்ந்து பேசுங்க.’

“பரவாயில்லைம்மா”

வகுப்பறையை அடைந்து டேபிள்மேலே பையை வைத்துவிட்டு தலையில் கைவைத்து அமர்ந்தாள். பையிலிருந்து பாட்டிலை எடுத்துத் தண்ணீர் குடித்தாள். தலைமையாசிரியர் அவருடன் பேசுவது நன்றாகவே கேட்டது. "இந்தாங்க. இதுல கையெழுத்துப் போடுங்க.

“சாரி சார்!”

“பரவாயில்ல. இந்தாங்க, நீங்க புறப்படுங்க.”

கவிதாவுக்கு நடந்து வந்ததற்கும் தண்ணீர் குடித்ததற்கும் வியர்த்துக் கொட்டியது. வியர்வை உடலில் மட்டுமல்ல, கண்ணிலும் கொட்டியது. கவிதாவுக்கு வெற்றுக் காகிதமாய் எல்லாம் தெரிந்தது.

இவர் ஏன் கோபித்துக் கொள்கிறார்? குழந்தைகளை மட்டும் இங்கே விட்டுவிட்டு பெற்றோர்கள் எப்படி இன்னொரு இடத்தில் நிம்மதியாக இருக்க முடியும்? அஞ்சுக்கும் பத்துக்கும் கிடைக்கிற வேலைகளைச் செய்துகொண்டு எப்பிடி வாயையும் வயிற்றையும் கழுவ முடியும்?

கிடைத்த நல்ல வேலையை எப்படி உதறித் தள்ள முடியும்? அங்கேயும் போய் ஏதோ ஒரு அரசுப் பள்ளியிலோ அல்லது அரசு உதவி பெறும் பள்ளியிலோ சேர்க்கப் போகிறார்கள். நமக்கு இக்கட்டான நிலை வருவதால் அதைப் பெற்றோரிடம் மடை மாற்றம் செய்வது எந்த விதத்தில் நியாயம்? என்று உள்மனதில் ஒரு பகுதி நினைத்தாலும் மற்றொரு பகுதி இங்கே இருக்கும் தாத்தா, பாட்டி யாரும் இருக்க மாட்டாங்களா என்று அவரிடமே கெஞ்சிக் கேட்டு இருக்கலாம் என்று கிடந்து துடித்தது. டீசி வாங்கிவிட்டுச் சென்ற அந்தக் குழந்தை நான்காம் வகுப்பு படிக்கிறாள். இந்த வருஷம் இரண்டு குழந்தைகள் 5 முடித்து ஆறு சென்று விடுவார்கள். அன்டர் ஏஜ் குழந்தைகள் எங்கு சேர்க்கப்படுவார்கள் என்பது தெரியாது. ஆக, இந்த வருஷம்

ஜானகி மட்டும்தான் பள்ளியில் இருப்பாள். நினைத்தாலே கவிதாவுக்குப் படபடவென்று வந்தது.

“டீச்சர்!” என்று தலைமை ஆசிரியர் அழைத்தார்.

கவிதா வேகமாக எழுந்து போய் அவர் முன் நிற்க... அவரை ஏறிட்டுப் பார்த்தார். கவிதாவின் நிலை அவருக்கு நன்றாகவே புரிந்தது.

“டீச்சர்! பார்த்தீங்கில்ல? இதுதான் இன்னைக்கு நிலமை. ஒன்னும் கவலைப்படாதீங்க. நம்ம ஒன்றியத்தில் நம்ம ஸ்கூல்மாதிரியே 7 ஸ்கூல் இருக்கு. மாவட்டம் முழுக்க இருபத்து மூன்று ஸ்கூல் இருக்கு. இதுக்கு அடுத்த ஸ்டேஜ்ல மாவட்டம் முழுக்க 93 ஸ்கூல். நம்மள மட்டும் ஒன்னும் செஞ்சிட முடியாது. நீங்க ஒன்னும் கவலைப்படாதீங்க.”

“கவலைப்பட்டு என்ன ஆகப் போகுது சார். நூற்றாண்டைக் கடந்த பள்ளிக்கூடம். ஆனா இன்னைக்கு? மக்கள் வாழ்க்கை முறை மாறிடுச்சா..? இல்லை, அரசாங்கம் ஆங்கிலவழிப் பள்ளிக்கூடங்கள் பக்கம் மக்களை டைவர்ட் பண்ணி விடுதா? மக்கள் ஆங்கில மோகத்தில் இருக்காங்களா? பிறப்பு விகிதம் குறைந்துவிட்டதா? இப்படி ஏகப்பட்ட கேள்விகள் இதுல இருக்கு சார்! நான் இத எனக்கு வந்த ஆபத்தா நினைக்கல சார்!! இந்த அரசுப் பள்ளி என்ற ஒரு சிஸ்டத்திற்கு வந்த ஆபத்துன்னு தான் நினைக்கிறேன். முயற்சி செய்து பார்ப்போம் சார்!!!”

“நீங்க மனசு சங்கடப்படுவீங்கன்னுதான் நான் கொஞ்சம் பீல் பண்ணினேன். ஆனா நீங்க ரொம்பத் தெளிவா இருக்கீங்க. நீங்க போங்க டீச்சர்.” மீண்டும் வந்து அமர்ந்துகொண்டாள். பிள்ளைகள் இல்லாத வகுப்பறையில் இந்த அவலம் என்று தீரும்? இதற்குமுன் வேலை பார்த்த பள்ளியில் இரண்டாம் வகுப்பு கவிதாவுக்கு. 47 குழந்தைகள். பார்க்கவே கண்கொள்ளாக் காட்சியாக இருக்கும்.

“டீச்சர்! இவனுக்கு டூ பாத்ரூம் வருதாம்.”

“டீச்சர்! இவன் பென்சிலைத் திருடிட்டான்.”

“டீச்சர்! இவன் என்ன போடினு சொல்றான்”

“டீச்சர்! எங்க அக்கா பெரிய மனுசி ஆகிட்டா.”

“டீச்சர்! இவனுக்கு பல்லு விழுந்திருச்சு.”

“டீச்சர்! இவன் டவுசர்ல ஒண்ணுக்குப் போயிட்டான்”

“டீச்சர்! எங்கப்பா டிவிஎஸ் 50 வச்சிருக்காங்க.”

“டீச்சர்! நாங்க புது டிவி வாங்கி இருக்கமே.”

“டீச்சர்! எங்க அம்மா முறுக்கு சுட்டாங்க.”

அப்பப்பா... ஒரு நாளைக்கு எவ்வளவு அந்தக் குழந்தையின் கொண்டாட்டங்கள், சண்டைகள்... கோரஸாகப் பாடும் மனப்பாடப் பாடல்கள்... வரிசையாக ஓர் இடம்விட்டு ஓர் இடம் நடந்து செல்லும் அழகு... பார்க்கப் பார்க்க எவ்வளவு ஆனந்தமாக இருக்கும். அவர்கள் வரிசையாக அமர்ந்து ஒருவர் தட்டை ஒருவர் எடுத்து வாய், கையெல்லாம் அப்பிக்கொண்டு தட்டைச் சுற்றிலும் சிதறியபடி சாப்பிடும் அழகு என்று எதை நினைவுகூர...?

சக ஆசிரியர்களுக்குள் வரும் சண்டை. அது ஓரிரு மாதங்களில் சமாதானமாகி, தொடரும் அரட்டைகள்... என எப்படி இருந்தது... தீபாவளி முடிந்து, பொங்கல் முடிந்து, கிறிஸ்துமஸ் முடிந்து, மறுநாள் தங்களுக்குள் எடுத்த கலர் உடைகளில் பள்ளிக்கு வந்து பள்ளி வளாகத்தை வண்ணமயமாக்கும் அழகு. எந்தக்கடை... எவ்வளவு பணம், எதில் சென்றார்கள் என அவர்களுக்குள் குசுகுசுவெனப் பேசிக் கொள்ளும் காட்சி... அம்மாவின் சேலை, அப்பாவின் உடை, வெடித்த பட்டாசு, தின்பண்டங்கள், சமைத்த உணவுகள் என அந்த மழலை மொழியில் பரிமாறிக்கொள்ளும் அழகு எவ்வளவு குதூகலமாக இருக்கும்.

போச்சுதே எல்லாம்... முதன்முதலாகத் தவறு செய்து விட்டோமோ என்று கவிதாவுக்குப் பயம் வந்தது. அப்பாவைச் சமாதானப்படுத்தி அங்கேயே அழைத்துச் சென்றிருக்கலாம். நாம் இந்த இக்கட்டான நிலையில் இருந்து எப்படி மீளப் போகிறோம்? நமக்கு ஏன் யாதும் ஊரே யாவரும் கேளிர் என்று நினைக்கத் தோன்றவில்லை? அதுவுமில்லாமல் வயதான அப்பாவைத்தவிர உறவென்று யார் இருக்கிறார்கள்? ஓர் அத்தை இருக்கிறார். அவரும் இரண்டு பெண் குழந்தைகளைக் கட்டிக் கொடுத்துவிட்டு உசிலம்பட்டிக்குப் பக்கத்தில் ஏதோ ஒரு கிராமத்தில் ஒண்டுக் குடித்தனத்தில் இருக்கிறார். சொந்தபந்தங்களுடன் இணக்கமாகப் போகும் சூழல் இதுவரையில் அமையவில்லை. பேச்சுவார்த்தைக்கு என்று எடுத்துக்கொண்டால்கூட சொந்தமா இருக்கிறார்கள்? பக்கத்து வீட்டிலேயும் எதிர்வீட்டிலேயும்தானே இருக்கிறார்கள். இதில் எங்கு இருந்தாலும் அங்கு பக்கத்து வீட்டில், எதிர் வீட்டில் இருப்பார்கள்தானே.

டீசி வாங்கிச் சென்ற குழந்தை பையுடன் மீண்டும் பள்ளிக்கு வந்தாள்.

கவிதாவுக்கு உடம்பெல்லாம் புல்லரித்து விட்டது. ஆனந்தக் கண்ணீர் கண்ணை முட்டி நின்றது. அந்தச் சந்தோசம் நொடியில் சுக்குநூறாக உடைந்து போகும் என்று நினைக்கவில்லை. கவிதாவின் அருகில் வந்த குழந்தை, "டீச்சர்! அப்பா பையை எல்லாம் குடுத்துட்டு வரச்சொன்னார்."

"எதுக்குச் செல்லம். இது ஒனக்குக் கொடுத்தது. இதை நீயே வச்சுக்கோ. அங்க ஒனக்குப் புத்தகம் கொடுக்கிறார்களோ, இல்லையோ நீ வச்சுக்கோ" என்று முதுகைத் தடவி அனுப்பி வைத்தாள். மற்ற குழந்தைகளைப் பார்த்துக் கண் சிமிட்டி டாட்டா காட்டிவிட்டுச் செல்ல... அந்தக் குழந்தைகளின் முகங்கள் சாயங்கால செம்பருத்திப் பூக்களாய் வாடி விட்டன. பள்ளியில் மீதமிருப்பது ஐந்தாம் வகுப்பு படிக்கும் ஐஸ்வர்யாவும் ராஜேஷ்கண்ணாவும் மூன்றாம் வகுப்பு படிக்கும் ஜானகியும்தான் பரிதாபமாக. இரண்டு அண்டர் ஏஜ் குழந்தைகள்.

அலுவலகத்துக்குச் சென்று மாஸ்டரைத் தேடி கையொப்பம் இட்டுவிட்டு பள்ளிக் கண்ணாடியை எடுத்துக் கையொப்பமிடப் போகும்போது, "டீச்சர்! தேர்டுக்கு நீங்க சைன் போடுங்க. ஃபிப்த்துக்கு நான் பண்ணிட்டேன்."

"ஃபிப்த்து பசங்கள இங்கே அனுப்பி விடுங்க."

"சரிங்க சார்" மாணவர்களின் வருகைப் பதிவேட்டை எடுத்து மார்ச் மாதம் என்றிருந்த பக்கத்தைப் பிரித்துக் கையொப்பம் இடும் பொழுது என்னமோபோல் இருந்தது. நாற்பத்து ஏழு பேரின் பெயரையும் வாசித்து முடிப்பதற்குள் வாய் வலிக்கும். இங்கே ஒரே ஒரு குழந்தைக்கு ஒரே ஒரு கோடு போடுவது என்னவோ போல் இருக்கிறது. "என்ன டீச்சர்! ரொம்ப யோசனை செய்றீங்க?"

"ஒன்னும் இல்ல சார்! அங்க நான் பாத்த வகுப்பில் மட்டும் நாற்பத்து ஏழு பசங்க, அதான் ஒருமாதிரி..."

"டீச்சர்! இதெல்லாம் சகஜம். இதுக்கு முன்னாடி வேலை பார்த்த ஸ்கூல்ல பதினொரு டீச்சர்ஸ். 270 பசங்க. புரமோஷனில் இங்கு வந்தேன். இங்க வந்து பத்து வருஷமாச்சு. அப்ப இதே ஸ்கூல்ல என்னையும் சேர்த்து 5 பேர் வேலை பார்த்தோம். 120 பசங்க, ஆனா இன்னைக்கு? ஏன், நாளைக்கு நீங்க வேற ஸ்கூல் போனா ஸ்டெரென்த் இருக்கலாம். இல்லயா?"

“ஏன் சார்! பசங்களச் சேக்குறதுக்கு வேற வழியே இல்லையா சார்?”

“ஏன் இல்ல? இருக்கு டீச்சர்! பித்தளைப்பட்டிக்கும் செங்குளத்துப்பட்டிக்கும் எடையிலை ஒரு சமத்துவபுரம் இருக்கு. அங்கிருந்து பசங்க மினி பஸ்ஸில் பித்தளப்பட்டிக்குக் காசு கொடுத்துப் போறாங்க.”

“ஆமா சார்! நானே பார்த்திருக்கேன்.”

“ம். நாம என்ன செய்யலாம். இந்த வருஷம் விட்ருவோம். வர்ற மே மாசம் அந்த ஊருக்குப் போயி, நாங்க எங்க ஸ்கூலில் இருந்து ஆட்டோ ஏற்பாடு பண்ணி விடுறோம்னு சொல்லி பிள்ளைகளைச் சேர்க்கலாம். ஆட்டோக்காரன் மாசம் 5,000 கேப்பான். பெற்றோர், ஆசிரியர் சங்கத்தில் கொஞ்சம் அடிஷனலா பண்ட் இருக்கு. மிச்சத்தை நாம ரெண்டு பேரும் ஷேர் பண்ணிக்கலாம்.”

“என்ன சார் நீங்க? காசா சார் பெரிய விஷயம். என்னோட ஷேர் எவ்வளவுன்னு சொல்லுங்க சார்! நான் குடுக்குறேன்.”

“ஓகே டீச்சர்! ஏதோ EMIS (Education Management Information System) மீட்டிங்காம். இந்த மூணு நாலு பேருக்கு ஆன் லைன்ல ஏத்துறதுக்கு 50 மீட்டிங் போட்டுட்டாங்க. நான் போயிட்டு வாறேன் “இந்தா வந்தாரு டுபுடுபுன்னு கௌம்பிட்டாருன்னு ஊருக்குள்ள பேசுவாங்க.”

“ஓகே சார்! நீங்க போங்க. நான் பாத்துக்குறேன்.”

மறுபடியும் வகுப்பறைக்குத் திரும்பி வருகையில் மிகப்பெரிய நம்பிக்கை வெளிச்சம் மனதில் தோன்றியது. எப்படியும் அடுத்த வருசம் குறைந்தது ஒரு பத்துக் குழந்தைகளையாவது பள்ளியில் சேர்த்துவிடலாம். கழிவறைக்குச் சென்று வரலாம் என்று இறங்கி நடக்கையில் தூரத்தில் அந்த மரத்தடியில் பள்ளிக்கூடத்தையே ஒரு பெரியவர் வெறித்துப் பார்த்துக்கொண்டிருந்தார். நேற்றும் இப்படித்தான் பார்த்துக் கொண்டிருந்தார். இவர் எதற்கு இப்படி பார்த்துக்கொண்டிருக்கிறார் என்ற சிந்தனையோடு திரும்பும்போது அவர் இப்போது பள்ளி வராண்டாவில் அமர்ந்து இருந்தார். லேசாக அதிர்ந்து அருகில் வர வர... எழுந்து நின்று வணக்கம் சொன்னார். அவர் தோற்றம் நீண்ட நெடிய வாழ்வின் அனுபவத்தால் ஊறிப்போய் இருந்தது தெளிவாகத் தெரிந்தது.

பார்த்த மாத்திரத்தில் இந்தக் கண்ணாடியை மாற்றலாமே என்று சொல்ல நினைத்தாள்.

“வணக்கம்மா!”

“வணக்கம் ஐயா! நீங்க...?” “அம்மா! என் பேரு இராமசாமி. எனக்கு எண்பத்து மூணு வயசு ஆச்சு. இதே ஸ்கூல்ல 25 வருஷத்துக்கு முன்னாடி ஹெச்.எம்.மா வேலை பார்த்தவன்.”

“மன்னிச்சுடுங்க ஐயா! எனக்குத் தெரியாமப் போச்சு.”

“பரவால்லைம்மா!”

அவர்மீது திடீரென மரியாதை தோன்றியது. 83 வயதுவரை கண்டிப்பாக நாம் இருக்கமாட்டோம்.

“ஐயா! ரொம்ப சந்தோஷங்ய்யா உங்களைச் சந்திச்சது.”

“ஆனா எனக்குச் சந்தோசம் இல்லையே... நான் இங்க வேலை செய்றப்போ படிப்பு பற்றி விழிப்புணர்வு இல்லாத காலம். 20, 25 பசங்க இருந்தாங்க. வீடு வீடா போய்ப் படிப்போட முக்கியத்துவத்தை எடுத்துச் சொல்லி, மதியம் சாப்பாடு பள்ளிக்கூடத்திலேயே போடுறோம்னு சொல்லி, ஊர்ல விவசாயிக பருத்தி மிளகாய் கொண்டுபோயி ஏவாரம் செய்யிற கமிஷன் கடைக்கே போயி, அவங்ககிட்ட பேசி கெஞ்சிக் கும்புட்டு, நோட்டு, சிலேடுன்னு வாங்கிக் கொடுத்தேன். தேனியில சேகரன் கட்பீஸ் சென்டருன்னு ஒரு ஜவுளிக் கடை இருந்துச்சு. அங்க துணி எடுத்தா மஞ்சள் பை கொடுப்பாங்க. அதை அந்த முதலாளிகிட்ட போய் கெஞ்சிக் கேட்டு, பைகளை மட்டும் வாங்கி வந்து பசங்களுக்குக் கொடுப்போம். கொஞ்சங் கொஞ்சமா குருவி நெல்லைச் சேர்க்கிறமாதிரி பசங்களச் சேர்த்தோம். பித்தளைப்பட்டியிலேயும் செங்குளத்துப்பட்டியிலேயும் பள்ளிக்கூடமே கிடையாது.. அங்கெல்லாம் இதேமாதிரி வீட்டுக்கு வீடு போயிப் பேசி அவங்களைப் பள்ளிக்கூடத்துக்கு அனுப்பச் செஞ்சோம்.

அப்போ மதுரையிலிருந்து இன்ஸ்பெக்ஷன் வர்றாங்கன்னு தகவல் கேள்விப்பட்டு நானே ஒரு தபால் எழுதிப் போட்டேன், எங்க பள்ளிக்கூடத்துக்கு வாங்கன்னு. என்னடா வரக்கூடாதுன்னு சாமி குப்பிட்டு இருக்குறப்ப இவன் வான்னு வலிய கூப்பிடுறானேன்னு அவரும் வந்துட்டாரு.

வந்து பசங்க நிறைய இருக்கிறது பார்த்துட்டு அவரே 2 போஸ்டிங் போட்டுக் கொடுத்தார். 5 பேர் வேலை பார்க்கிற பள்ளிக்கூடமா மாறிடுச்சு. நான் ரிட்டயர்டு ஆகுறப்ப 8 பேர் இருந்தோம். ம்.போச்சு. எல்லாமே போச்சு. இந்த இங்கிலீஷ் மோகம். அதை சாதகமாகப் பயன்படுத்திக்கொண்ட அரசாங்கம். இஷ்டத்துக்கு இங்கிலீஷ் பள்ளிக்கூடத்தத் திறக்க அனுமதி கொடுத்ததனால் உள்ளதும் போச்சு."

இருவரிடத்திலும் அமைதி. அவர் தன் மூக்குக்கண்ணாடியைக் கழட்டி வழிந்த வியர்வை துளிகளைத் துடைத்துவிட்டு மறுபடியும் கண்ணாடியை மாட்டிக்கொண்டார்.

"ஐயா! நாம மறுபடியும் இந்தப் பள்ளிக்கூடத்தில் சேர்க்கதுக்கு ஏதாச்சும் முயற்சி செய்யலாம் என்று நானும் எச்எம்மும் பேசிக்கிட்டு இருந்தோம்."

"எங்கம்மா!" வெறுப்பான பெருமூச்சை வெளிப்படுத்தினார்.

"ஐயா!"

"சார் நல்லவர்தான். இங்கு இதுக்கு முன்னாடி வேலை பார்த்த டீச்சர்ஸ் ஒத்துழைப்புக் கொடுக்கல. நாம இந்த வேலைக்கு விரும்பியோ, விரும்பாமலோ வந்துட்டோம். நமக்கு இந்தப் பொழப்புதான் சாஸ்த்துவம்ன்னு நெனைக்கணும். இங்க வந்து படிக்கிற பசங்கள வச்சுத்தான் நமக்கு நகை நட்டு பைக், வீடு எல்லாம்."

"என்னமோமா நம்மள்ல பாதிப் பேருக்கு இது புரிய மாட்டேங்குது. நம்ம அப்பன், பாட்டன், பூட்டன் நமக்கு இருக்குற செல்வாக்குக்குப் பயந்து அரசாங்கம் படி அளக்குதுன்னு நெனைக்கிறாங்க. நீயாச்சும் ஏதாச்சும் முயற்சி செய்யுமா. என்னால என்ன உதவி செய்ய முடியுமோ அதைக் கண்டிப்பா செய்றேன்."

"இது போதும் ஐயா! கண்டிப்பா முயற்சி செய்வோம்."

"நான் வர்றேன்" என்று கூறிவிட்டு எழுந்து சென்ற அவரைப் பார்த்துக்கொண்டே இருந்தாள் கவிதா. இவர் சொல்வதில் என்ன தவறு இருக்கிறது இவரைப் போன்றவர்கள் உருவாக்கிய பள்ளி, இவர்கள் கொஞ்சங்கொஞ்சமாக கட்டி எழுப்பிய கோட்டை. இன்று பாழடைந்து கிடைப்பது பார்த்து அவர் மனம் துடிப்பதும் அதனால் வெளிப்படும் வார்த்தைகளும் அன்னத்தின்பால் போன்றதுதானே.

4

கவிதா வீட்டு வாசலில் கால் வைக்கும்போது ஒரு சோடி பெண்கள் அணியும் செருப்பு இருப்பதைப் பார்த்து யாராக இருக்கும்? என்று சிந்தனை செய்தபடியே வீட்டினுள் நுழைந்தாள். அங்கே பெரிய ஆச்சர்யமாய்ப் பல நாள்கள் எட்டியே பார்க்காத அத்தை அதாவது அப்பாவின் தங்கை வந்திருந்தாள். அப்படியே பையைக் கீழே வைத்துவிட்டு அருகில் உட்கார்ந்து தோள்களில் கைபோட்டு,

"அட அத்தே! எப்ப வந்த? என்ன வீடெல்லாம் ஆவகத்துல இருக்கா? பத்து வருசமிருக்காது, எங்கல்யாணத்துல பாத்தது, அவுக எல்லாம் எப்பிடி இருக்காக?"

"ஆமா. எனக்கு இருக்குற புடுங்கலுக்கு இங்குட்டு எங்கே வாரது. அவ புள்ளக்கி மாத்தி இவ புள்ள, இவ புள்ளக்கி மாத்தி அவ புள்ளண்டு பீ, மூத்திரம் அள்ளிப் போட்டுக்கிருக்கிறேன். எல்லாம் செட்டு சேந்து டூர் போயிர்க்காக. பத்து நா செண்டுதே வருவாகலாம். அதே அப்பிடியே ஊரு செவ போயிட்டு வரலாமேண்டு வந்தே. ஆமா, இப்ப எம்புட்டுச் சம்பளம் வாங்குற?"

அப்பாவுக்குப் பீரிட்டு வந்தது கோபம்.

"ஏன்த்தா வந்தும் வராததுமா என்ன கேட்டுக்கிருக்க? புள்ள பொழப்பு இப்புடி ஆகிப் போச்சேண்டு நெனக்காம, இம்புட்டு கூட ஈரமில்லாம சம்பளம் என்னண்டு கேக்குற?"

"ஆமா, எனக்குத்தே குடுன்னு வந்து நிக்கப் போறனாக்கும், ஒங்காலத்துக்கப்புறம் இது ஒண்டியா கெடந்து என்ன செய்வா? மனுசன நம்பளன்னாலும் காசு கைகொடுக்குமேன்னுதே... இப்பென்ன கெழன்டா போயிட்டா, ஏண்டி! ஒனக்குன்னு ஒரு புடிமானம் வேணாமாடி? நாஞ் சொல்றது தப்புண்டா செருப்பால அடி. பெத்துக்கிறேன்."

"அத்த! என்ன பேச்சு பேசுற? மொத அமஞ்சது எதனால கெட்டுச்சுன்னு உனக்குத் தெரியாதா? நான் ஒண்ணும் ஒண்டிக்கட்ட இல்ல, எனக்குப் புள்ளயிருக்கு."

"ஆமாடி! புள்ள இருக்கு, அவ நேக்கா இளிச்சவாச்சி கெடச்சாண்டு ஓங்கிட்ட தள்ளிவிட்டுட்டு அவ பொழப்பப் பாத்துட்டுப் போயிட்டா."

"அத்த, நாந்தே அவளுக்கு நல்ல பொழப்பு அமையட்டுமேன்னு புள்ளய வச்சிக்கிட்டேன்."

"அப்ப ஓம் பொழப்பு? அடியே! புள்ள இருக்கப்பவே கல்யாணம் கட்டிக்கிறது எங்க காலந்தொட்டே இருக்குடி! புள்ள இருந்தாலும் பரவால்லண்டு கல்யாணம் கட்டிக்க எத்தன பேரு இல்ல? அவகள்ல ஒருத்தனுக்கு கழுத்த நீட்டு. தெரிஞ்சிதான செய்யப்போறான். நீயெல்லா பெரிய மனுசே, அவதே முன்னும் பின்னும் புரியாம பேசுறாண்டா நீ ஆண்டு அனுபவச்சவே. நீதே நல்லது, கெட்டத எடுத்துச் சொல்லணும். நீ ஒக்காந்து திங்க தோது பாத்துட்டபோல."

எதுக்கும் சட்டெனக் கோபப்படும் அப்பா அமைதியாய் தலை குனிந்தபடி இருந்தார். தங்கை சொல்வதும் நியாயம்தான், ஒரு வேளை தனக்கே தெரியாமல் தன் சுயநலப்புத்தி அவள் இந்த முடிவை எடுப்பதற்கு உதவிசெய்துவிட்டதோ? தான் ஏன் கவிதாவின் மனதை மாற்ற முயற்சி செய்யவில்லை? பிள்ளைகள் முடிவு எடுக்கத் தடுமாறும்போதோ அல்லது தவறான முடிவை எடுக்கும்போதோ பெற்றவர்களான நாம்தான் சரிப்படுத்தியிருக்க வேண்டும் என்று மனது வெம்பினார்.

அப்பா அமைதியாகி விட்டதைக்கண்ட கவிதாவின் உள் மனம் பதறியது. அய்யோ, அப்பா ஏன் திடீரென முகம் சோர்ந்து போய் விட்டார்?

"அத்த அவர ஏஞ்சொல்ற? இது நானா சுயத்துக்கு எடுத்த முடிவு. இந்தா உன்கிட்டயே சொல்றேன். இனிமே எனக்கு இன்னொரு கல்யாணம் கண்றாவியெல்லாம் வேணாம்னுதே நானே இருக்கேன். புள்ள எம்புருசே ரத்தம். அத நான் கொண்டு செலுத்தணும். நானே எம்புருசனுக்குப் பொண்ணு பாத்து வச்சு அந்த வாழ்க்க நெலைக்கலண்டா நாந்தானே அதச் சரிசெய்யணும்."

"அதே நீ பாத்து வச்ச பொழப்பு போச்சுண்டு அவளுக்கு வேற பாத்து வச்சியே, நாம பாத்து வச்சது இப்பிடியாகிப் போச்சேன்னு ஒங்கப்பனுக்கு அது ஏன் தோணல?"

மூவரிடமும் சட்டென அமைதி பரவி நின்றது.

“அடியே! இப்ப கை, காலு நல்லாருக்கப்ப தெரியாதுடி, ஓஞ்சுபோன காலத்துல இப்பிடியும் செஞ்சிருக்காலாமோன்னு மனசு பதறும்டி. ஏண்டி! பிக்காலத்துல மண்ட வலிகாச்சண்டு படுத்தா தொட்டுப் பாக்க ஒரு உருத்தான கைவேணாமாடி?”

“என்ன பேசுற? ஒடம்பு சொகத்துக்காக என்னக் கல்யாணம் செஞ்சிக்கச் சொல்றியா? ஆம்பள ஆசய கொட்டிக் கவுக்குற குப்பத்தொட்டியா என்னால இருக்க முடியாது. அப்பிடி நெனச்சிருந்தா எம்புருசனுக்கு வேற ஒருத்தியக் கல்யாணம் செஞ்சு வக்கிறதுக்கு முன்னாடியே அவர விட்டு வெலகி வந்து இன்னொரு கல்யாணம் செஞ்சிட்டிருந்திருப்பேன்.”

என்று கூறிவிட்டு எழுந்து படுக்கையறைக்குள் நுழைந்து கதவைச் சாத்திக்கொண்டாள்.. மகேஷ் இருந்த இடத்தில் இன்னொருவனா..? என்னிடத்தில் அவனுக்கு இன்னொருத்தி வந்திருக்கலாம் ஆனால் நான்? மகேஷின் இடத்தில் இன்னொருவனை வைத்துப் பார்க்க எப்பிடி முடியும்? அவனிடம் உடலால் வேறொரு பெண் இருந்தாலும் உள்ளம் முழுவதும் நான் தானே இருந்தேன். இதை எப்படி அத்தைக்குப் புரிய வைப்பது?

தன் உடையை மாற்றி நைட்டிக்குள் புகுந்துகொண்டு கதவைத் திறந்து வந்து பார்த்தாள். இருவரும் அப்படியே அமர்ந்திருந்தார்கள்.

சமையல் அறையினுள் நுழைந்து காபியைக் கலந்து எடுத்து வந்து கொடுக்க... ஒரு பரிதாபமான பார்வையோடு அதை வாங்கிக் கொண்டார், அப்பா. அத்தை வாங்க மனமில்லாமல் முகத்தைத் திருப்பிக்கொள்ள, அருகில் அமர்ந்து அவள் முகத்தைத் திருப்பி.

“கோவமெல்லாம் எம்மேல காட்டு, காபியக் குடி அது மேல காட்டாத... சோ, எடுத்துக் குடித்தே நீ ஏன் எனக்குப் புள்ள, குடும்பம் இல்லண்டு நெனக்கிற, எம்புருசே மொக சாடையிலயே எம்புள்ள இருக்கா. அப்பாவுக்கு ஆயிசு கெட்டி. அந்தப் புள்ளயக் கல்யாணம் முடிச்சுக் கொடுக்கிற வரைக்கும் இருப்பாரு. நீ கொஞ்ச நா அங்க இரு. நீயும் பேசாம எங்கூட வந்துரு ஒன்னையத் தங்கமா பாத்துக்கிறேன். சித்ரா ஒரு முடிவு எடுத்தா என்னப் பொறுத்த வரைக்கும் அவ எடுத்தது நூத்துக்கு நூறு நல்ல முடிவு. ஆனா அது எனக்கு ஒத்து வராது. எல்லாரும் என்னைய மாதிரிதான் இருக்கணும்னு சொல்ல வரல. ஆனா என்ன மாதிரி இருக்குறவங்கள பேசாம விட்டுருங்களே.”

அத்தைக்கு இவளது முகத்தைப் பார்த்ததும் கண்ணீர் முட்டிக் கொண்டு வந்தது. சீலைத்தலைப்பில் கண்களையும் மூக்கையும் துடைத்துக்கொண்டாள்.

எங்கோ சென்றிருந்த குழந்தை உள்ளே வந்தாள். இறுக்கமான சூழ்நிலையைப் பார்த்துவிட்டு அப்படியே நின்று மூவரையும் மாறி மாறிப் பார்த்தாள். மெதுவாக கவிதாவின் அருகில் சென்று அமர்ந்துகொண்டு முகத்தை உற்றுப்பார்க்க...

“ம்மா பாட்டி எதுக்கு அழுகுது?”

“ம்... நீதேன் கேளு. போய்க் கண்ணத் தொடச்சி விடு.”

மெதுவாக எழுந்துபோய் பாட்டியின் அருகில் அமர்ந்து,

“பாட்டி எதுக்கு அழுகுற?”

“இல்லத்தா! பாட்டி கண்ணுல தூசி விழுந்திருச்சு.”

விசுக்கென எழுந்து படுக்கையறைக்குச் சென்று ஏதோ ஒரு பாட்டிலை எடுத்து வந்தாள்.

“பாட்டி தாத்தாவுக்குக் கண்ணுல தூசி விழுந்தா இந்த மருந்ததே ஊத்துவோம். நாந்தே ஊத்தி விடுவேன். எம்மடியில படுத்துக்க. ம், நா ஊத்தி விடுறேன்.”

அத்தை கவிதாவைப் பார்க்க, கவிதா என்ன என்பதாய்ப் பார்க்க, கிழவி, குழந்தையின் நெற்றியில் முத்தமிட்டு நெஞ்சோடு அணைத்துக்கொண்டது.

5

சிற்றுந்து மெதுவாகக் கரட்டுப் பாதையில் ஊர்ந்து கொண்டிருந்தது. ஜன்னலுக்கு வெளியே கடந்து செல்லும் மரங்களையும் மின் கம்பங்களையும் பொட்டல் வெளியில் வம்புக்குச் சுத்தும் காற்றாலைகளையும், கற்றாழைப் புதர்களையும் பொத்தக்கள்ளி பூக்களையும் வேடிக்கை பார்த்தபடி வந்த கவிதாவிற்கு, குடைசாலி மரங்களில் படர்ந்து தொங்கும் கோவைக் கொடி இப்போதல்ல எப்போதும் ஒரு பிரமிப்பை ஏற்படுத்தும். தனக்குப் படர இடம் கொடுத்த மரத்தையே முழுவதுமாக ஆக்ரமிப்பு செய்துகொள்ளும் அதன் செயலை விமர்சிப்பதா? இல்லை. தனக்கு இடம் கொடுத்தது ஒரு முள் மரம்தான் என்றாலும், அதன்மீது பாசமாய்ப் படர்ந்து அன்பாய் அணைத்துக் கொள்ளும் பேரன்பை எண்ணி வியப்பதா..? இரண்டில் கவிதாவிற்கு தனக்கு இடம் கொடுத்த மரத்தின்மீது பற்றிப் படரும் கோவையின் பேரன்பே பெரிதெனத் தோன்றும். தானும் எதற்கும் உதவாத முள்மரம் போலத்தான் என்மீது அம்மா, அப்பா மகேஷ், சித்ரா, மகள் என எல்லோரும் அன்பாய்ப் படர்ந்தவர்கள்; படர்கிறவர்கள் அவர்களை கொடைசாலி போல் காக்க வேண்டும் என்று நினைத்துக் கொள்வாள். ஆனாலும், இந்தப் பள்ளியில் நாம் நிரந்தரமாக இருப்போமா? இல்லை. தம்மை எங்கேனும் இடமாற்றம் செய்து, விடுவார்களா? அப்படி நடந்தால், குழந்தையையும் அப்பாவையும் அழைத்துக்கொண்டு செல்ல வேண்டுமே? அங்கே குழந்தை பொருந்திக் கொள்வாள். ஆனால் அப்பா..?

கவிதா இறங்கும் இடம் வந்துவிட்டது. இறங்கி எப்போதும் இராமசாமி வாத்தியார் அமர்ந்திருக்கும் இடத்தைப் பார்த்தாள். அவர் அங்கு இல்லை. 'ஏன்? என்ற சிந்தனையில் பள்ளிக்குள் நுழைந்தாள். ராஜேஷ்கண்ணா சாவி வாங்கி வந்து பள்ளியைத் திறந்து வைத்திருந்தான். ஐஸ்வர்யா வகுப்பறையையும் வராண்டாவையும் கூட்டி முடித்துவிட்டுத் தன் பிஞ்சுக் கைகளால் கோலம் போட்டுக்கொண்டிருந்தாள்.

"ஏய் ஐய்சு! சூப்பர்"

“வணக்கம் மிஸ்! கிளிமூக்கு கோலம் மிஸ்!”

“வெரிகுட்!”

என்று கூறிவிட்டு அவளது கன்னத்தை மெதுவாகக் கிள்ளிவிட்டு, உள்ளே நுழைய… தலைமை ஆசிரியர் வரும் சத்தம் கேட்டது. மாஸ்டரில் கையொப்பம் இட்டுவிட்டு வகுப்பறைக்குள் நுழைந்தவளுக்கு ஆச்சரியம் தாங்கவில்லை. மூன்றாம் வகுப்புப் படிக்கும் ஜானகி தன்னுடன் கலர் டிரஸ் போட்ட இரண்டு குழந்தைகளை அழைத்து வந்திருந்தாள்.

“ஜானு! இது யாரு புதுசா இருக்கு?”

“மிஸ் இவங்க எங்க அத்த புள்ளங்க மிஸ்“

“எந்த ஊரு?”

“போடி இருக்குல்ல மிஸ்! அதுபக்கம் ராசிங்காபுரம் மிஸ்! இவங்க அப்பாக்கும் அம்மாக்கும் சண்ட, இவங்க அப்பா இவங்க அம்மாவக் குடிச்சுப்புட்டு வந்து கம்பெடுத்து அடிச்சு மண்டைய ஒடச்சுப் புட்டாரு மிஸ்! இனிமேல இவங்க ஊருக்குப் போக மாட்டாங்க மிஸ்! இங்கதே படிக்கப் போறாங்க மிஸ்!”

சொல்லி அனுப்பியதைச் சுதி பிசகாமல் இப்படியே சொல்லியது குழந்தை, கவிதா ஒரு நொடி வானத்தை நோக்கிப் பறந்துவிட்டு வந்தாள்.

‘ஆஹா! இறைவன் கருணை காட்டிவிட்டான். நாம் படும் வேதனைகண்டு பொறுக்கமாட்டாமல், கண்ணை நன்றாகத் திறந்து பார்த்து விட்டான்.’ இப்படி ஒரு அல்பமான சிந்தனை ஓடிக்கொண்டிருக்கும்போதே தலைமை ஆசிரியர் உள்ளே நுழைந்தார். அவரின் பின்னாலேயே வந்த ராஜேஷ்கண்ணா,

“சார்! நம்ம ஜானு ரெண்டு புள்ளங்களக் கூட்டியாந்ருக்கு சார்!”

அவர் சிறிதும் ஆச்சரியம் காட்டாமல் அவரது இருக்கையில் அமர்ந்தார்.

ஆச்சர்யமும் ஆர்வமும் ஒன்றுசேர கவிதா உள்ளே வந்து,

சார்! இனிமே இந்தப் புள்ளங்க ஊருக்குப் போகப் மாட்டாங்களாம் சார்!

நக்கலாகச் சிரித்த கிருஷ்ணமூர்த்தி,

"டீச்சர்! உங்க நெலம புரியுது. அவங்க ஊர்லயே ரெண்டு வருசத்துக்கு முன்னாடி ஊர் சாமி கும்பிடுல ரெண்டு கோஷ்டிக்கு அடிதடியாகி, அதுல ஒரு கோஷ்டி படப்புல தீய வைக்க... அந்தத் தீ பக்கத்திலிருந்த குடிசைப்பக்கமா பரவி அஞ்சாறு குடிசையக் காலி பண்ணிருச்சு. 12 குழந்தைங்களக் கூட்டிட்டு பல குடும்பம் இங்க வந்துட்டாங்க. நானே அந்த ஊருக்குப் போயி எச்செம் கிட்ட கெஞ்சிக் கூத்தாடி டி.சிய வாங்கிட்டு வந்து அட்மிஷன் போட்டு கால் பரிட்ச வரைக்கும் இருந்தாய்ங்க. அதுக்கப்புறம் எப்பிடி கெளம்பி வந்தாய்ங்களோ அப்புடியே கெளம்பிப் போயிட்டாய்ங்க. இதெல்லாம் டெம்பர்வரி டீச்சர்!"

கவிதாவின் உற்சாகத்தில் இடியே விழுந்து விட்டது.

"டீச்சர்! அவங்க வீட்டுல யாரையாச்சும் கூப்பிட்டு வரச்சொல்லி ராஜேஷ அனுப்பி விடுங்க."

"ஓகே சார்!"

வெளியே வந்து பார்த்து ராஜேஷை அனுப்பி வைத்தாள்.

எப்போதும் இராமசாமி வாத்தியார் அமர்ந்து இருக்கும் இடத்தைப் பார்த்தாள். அவர் அங்கு அமர்ந்திருந்தார். இவரிடம் சென்று இந்த விசயத்தைச் சொன்னால் என்ன என்று தோன்றியது. இறங்கி நேராக அவரிடம் சென்று,

"ஐயா! வணக்கம்!"

"வணக்கம்மா! என்ன சந்தோசமும் கவலையும் ஒரே நேரத்துல முகத்துல தெரியுதே?"

"அதப் பத்திதாங்கய்யா உங்ககிட்ட சொல்லலான்னு வந்தேன்."

திரும்பி பள்ளியைப் பார்த்து ஜானகியை வரச்சொல்லிக் கையை ஆட்டினாள். ஜானகி இரண்டு குழந்தைகளையும் அழைத்துக் கொண்டு வந்தாள்.

"என்னம்மா! இந்தப் பசங்க ஆரு?"

"ஜானகி! இவங்க அம்மா பேரு என்ன? ஐயா போடி பக்கம் ஏதோ சொன்னாளே, வீட்டுல சண்ட, இனிமே இங்கதான் இருக்கப் போறாங்களாம்.

கவிதா கொஞ்சம் படபடப்பாகவே பேசினாள்.

இராமசாமி வாத்தியாருக்குக் கவிதாவின் செயல் சிரிப்பை ஏற்படுத்தியது.

"யாரு பிள்ளகப்பா நீங்க?"

"எங்கம்மா பேரு செல்லம்மா, எங்கப்பா பேரு தொர்ராசு."

"உங்க தாத்தா, பாட்டி யாரு?"

அவர்களுக்குச் சொல்லத் தெரியவில்லை. ஐஸ்வர்யாதான் சொன்னாள்.

"தாத்தா! அந்தப் பூச்சாண்டி தாத்தா இருக்காங்கல்ல அவங்க பேரணும் பேத்தியும்."

"ஓ! பூச்சாண்டி மக வவுத்துப் புள்ளகளா? உங்க அம்மா வாய வச்சிக்கிட்டு இருக்க மாட்டாம உங்கப்பன அக்கிரமமா பேசிருப்பா. என்ன, அடிச்சி மண்டைய ஒடச்சிப்புட்டானா?"

கவிதாவிற்கு இவர் பேசுவது ஆச்சர்யமாக இருந்தது.

"அம்மா! இது சின்னப்புள்ளக சண்டைமாதிரி ஒரு வாரத்துல வண்டி கெளம்பிடும்."

என்று சொல்லிக்கொண்டிருக்கும்போதே குழந்தைகளின் அம்மா தலையில் கட்டுடன் தன் ஆத்தாவை அழைத்துக்கொண்டு வந்தாள். வரும்போதே குழந்தைகளின் பாட்டி முணுமுணுத்தாள்.

"ஐயய்யோ! இந்த கெழட்டுச்சனி வேற ஒக்காந்திருக்கே."

"என்ன பேச்சி! இந்தவாட்டி ஓ மருமகே வசமா விட்டிருக்காம்போல"

"நீங்க வேற மாமா! எட்டு தைய்யலு."

"ஓ மகக்காரி என்ன செஞ்சாளாம்?"

இருவரும் தலை கவிழ்ந்து அமைதியானார்கள்.

"ஏய், இங்க பாருங்கத்தா! புள்ளகள இங்க சேத்துக்கிட்டா தொடச்சியா இங்கதே படிப்பாகளா...? இல்ல, எடையிலயே புடிங்கிக்கிட்டு போயிருவாகளாண்டு கேக்கத்தே கூப்பிட்டு விட்டிருக்காக."

"இனிமே புள்ளகள அங்க அனுப்புறமாதிரி இல்ல மாமா, அவம் பாட்டுக்கு கல்லத் தூக்கிப் போட்டு சோலிய முடிச்சாலும் சொல்றதுக்கில்ல."

“என்னமா! ஓ ஆத்தாகாரிதே பேசுறாளேதவிர நீ வாயத் தொறக்க மாட்டன்ற?”

“ஆமா தாத்தா அங்க போறமாதிரி இல்ல. புள்ளகளப் பள்ளிக்கூடத்துல சேத்துக்கச் சொல்லுங்க. அங்கயும் நா கூலி வேலக்கிப் போனாத்தே ஒருவா கஞ்சி. அத இங்கனயே செய்றதுன்னு முடிவு செஞ்சிட்டேன். புள்ளகள சேத்துக்கச் சொல்லுங்க.

“சரி, சரி நீங்க போங்க.”

தப்பித்தால் போதுமென்று போய்விட்டார்கள்.

கவிதாவிற்கு மீண்டும் சந்தோசம் துளிர்விட்டது.

“சரிம்மா! சார்ட்ட நான் சொன்னேன்னு சொல்லி பேர எழுதச் சொல்லும்மா!”

“ரொம்ப நன்றிங்கய்யா! வாங்க புள்ளகளா!”

ஒருவித நம்பிக்கையோடு குழந்தைகளின் கரங்களைப்பற்றி பள்ளிக்குள் அழைத்துப் போனாள்.

கவிதா போவதையும், பள்ளியையும் ஒருவிதப் பரிதாபச் சிந்தனையோடு பார்த்துக்கொண்டிருந்தார்.

‘நம் காலத்தில் எப்படி இருந்தது பள்ளி’ ஒரு மிலிட்டரி கேம்ப் மாதிரி.

பள்ளிக்கு வராமல் டிமிக்கி குடுக்கும் மாணவர்களை நல்ல வாட்டசாட்டமாக இருக்கும் மாணவர்கள் வீட்டிலோ அல்லது ஒளிந்துகொண்டிருக்கும் இடங்களுக்கோ சென்று தூக்கி வந்து விடுவார்களே.

காலை வழிபாட்டில் குழந்தைகள் கூட்டம் நிரம்பி வழியுமே, நீதி போதனை வகுப்புகள் அவர்களுக்கு ஒரு வழிகாட்டுதலைக் கொடுக்கும், பெற்றோர்கள் பள்ளியைக் கோவிலாக மதித்தார்களே, ஆசிரியர்கள்மீது அளப்பரிய அன்பும் மிகுந்த மரியாதையும் கொண்டிருந்தார்களே.

ஊருக்குள் நடக்கும் எந்த சபைக் கூட்டங்களிலும் ஆசிரியர்களுக் கென்று ஒரு இருக்கை இருந்ததே, ஊரில் எடுக்கும் முக்கியமான முடிவுகளுக்கு, ‘நம்ம வாத்தியார்ட்ட ஒரு வார்த்த கேப்போம்’ என்று பெருமைப்படுத்துவார்களே. கோவில்களுக்குச் சென்றால்

தனிமரியாதை, திருமண விசேஷங்களுக்குச் சென்றால் தனி மரியாதை. சொந்த பந்தங்களின் விசேஷங்களுக்குச் சென்றால் தனி மதிப்பு எல்லாம் எப்பிடி மாறியது? இந்த மாற்றத்திற்கான விஷ விதையை யார் எப்போது விதைத்தது? மனிதனின் நுகர்வுக் கலாச்சாரம்தான் அதற்கான பிள்ளையார் சுழியாக இருக்க முடியும். உலகமே சந்தைப் பொருளாதாரத்தை நோக்கி நகர்ந்து கொண்டிருக்கும்போது பாவம் இந்தக் கிராமத்துத் தமிழ் வழிப் பள்ளிகள் என்ன பெரிதாய்ச் செய்துவிட முடியும்? அறிவையும் ஒழுக்கத்தையும் தருவது கல்வி என்ற நிலை மாறி கல்வி என்பது பொருளாதாரச் சந்தையில் பரப்பி வைக்கப்படும் பொருளாக மாறிவிட்ட பிறகு, இந்த சாமானியர்கள் இடைநிலை ஆசிரியர்கள் என்ன பெரிதாய்க் கிழித்துவிட முடியும்? நுகர்வுக் கலாச்சாரத்தில் மிதக்கும் மக்களுக்கு அறம் போதிக்கும் ஆசிரியர்கள்மீது ஒருவித வெறுப்பு வருவதற்கான காரணம் பிரத்யேகமாக ஒன்று தேவைப்படுவதில்லையே. அப்பாவி ஆசிரியர்களும் அதனுள் சிக்குண்டு கிடப்பதை யார் மறுக்க முடியும்?'

சிந்தனைத் தொடர் துண்டித்துப்போக... ராஜேஷ்கண்ணா மணியடித்தான்.

குழந்தைகள் தலைமை ஆசிரியரின் அருகில் நின்றிருந்தார்கள். வீட்டிலிருந்து ஆள்கள் வந்து ராமசாமி வாத்தியாரிடம் உத்தரவாதம் அளித்துவிட்டுச் சென்றதை கவிதா எடுத்துக் கூறிய பின்பும் கிருஷ்ணமூர்த்தி நம்பிக்கையில்லாமல் சிரித்தார்.

“ம்... சரி. அங்க பை, புத்தகம், நோட்டெல்லாம் குடுத்திருப்பாங்களே... கொண்டுவந்திருக்கீங்களா?“

“இல்ல சார்! துணிமணிகூட எடுத்துட்டு வரலையாம்.”

“சரி டீச்சர் நம்ம கப்போடுல யூனிபார்ம் இருந்தா எடுத்துக் குடுங்க, நான் ஆபீஸ்ல புக்ஸ் கேட்டுப் பாக்குறேன்.

“இந்தக் கொழந்தைக்கு ஒரு செட் புக் உள்ள இருக்கு சார்!”

“சரி, உட்கார வையுங்க.”

“வாங்க புள்ளகளா!” என அழைத்துக்கொண்டு வகுப்பறைக்குள் நுழைந்தாள். தன் பையைத் திறந்து பிஸ்கட் பாக்கெட்டை உடைத்துச் சாப்பிடக் குடுத்தாள்.

அவளுக்குள், எப்படியாவது இந்தக் குழந்தைகளை தக்கவைக்க வேண்டும் என்ற எண்ணமே மேலோங்கியிருந்தது.

எப்போதும் எதன் பொருட்டும் பிரிவினை என்பதைச் சகித்துக் கொள்ளாத கவிதா, இன்று ஒரு குடும்பமே பிரிந்து வாழ்க்கையே கேள்விக்குறியாகி நிற்கும் நிலைமை எப்படி தனக்கு சாதகமானது? என்று நினைத்துவிட்டாள்.

ஒரு மனிதனின் சூழ்நிலைகள்தான் அவனது செயல்பாடுகளைத் தீர்மானிக்கிறது. போர்ச் சூழலில் இலங்கையில் படுகொலை செய்யப்பட்ட ஒரு தாயின் மார்பில் முட்டி முட்டிப் பால் குடித்து, பசியாறத் துடித்த ஒரு பச்சிளம் குழந்தையினைப்போல் நாம் ஆகிவிட்டோமா? என்று உள்ளுக்குள் ஓர் உறுத்தல் கவிதாவிற்கு ஏற்படத்தான் செய்தது.

6

நேற்றிரவு பெய்த திடீர் மழையின் ஈரவாடை உடலில் பட்டு சில்லிப்புக் காட்டியது. இன்னும் தீராத மழை, கட்டிமேகங்களாகத் திரண்டு ஓர் இருட்டான ரம்மியச் சூழலை ஏற்படுத்தியிருந்தது. அந்தக் கரட்டுப் பகுதிக்கே உரித்தான பொட்டல் வெறுமைகூட ரசிக்கத் தக்கதாக மாறி இருந்தது. இதேபோன்று மழை இதற்கு முன்னாலும் பெய்திருக்கிறதுதான், அதே பொட்டல் வெளிதான், ஆனால் அப்போதெல்லாம் இப்பிடி ஓர் இன்பம் தோன்றியதில்லை. தோன்றுவதற்குக் காரணம் என்னவாக இருக்கும் என கவிதாவிற்குத் தெரிந்தது. இன்று பள்ளியில் ஏற்பட்டிருக்கும் இதமான சூழல்.

மழை ஈரத்தில் குவித்து வைக்கப்பட்டிருந்த குப்பையிலிருந்து ஒரு துர்நாற்றம் வீசி கவிதாவிற்கு இறங்கும் இடம் வந்துவிட்டதை நினைவுபடுத்தியது.

இரண்டு பைகளைத் தூக்க முடியாமல் தூக்கிக்கொண்டு இறங்க முற்பட்டவளிடம்

"டீச்சர்! நீங்க எறங்குங்க, நான் கீழ வந்து குடுக்குறேன்..." நடத்துநர் பையை இறக்கிக் கொடுத்தார்.

"ரொம்ப தேங்ஸ் பூபதி! பாப்பாவுக்கு ஒடம்பு எப்பிடி இருக்கு?"

"பரவால்ல டீச்சர்! உங்க பிரண்ட்ன்னு சொன்னீங்கல்ல டாக்டர். அவங்க கிட்டதான் கூட்டிட்டுப் போனேன்..."

"ஓ! சரி."

"டீச்சர்! டைம் ஆகுது."

"சரிப்பா!"

சிற்றுந்து நகர... கடையின் முன்னால் பையைத் தூக்கி வைத்துவிட்டு,

"அக்கா, பசங்கள அனுப்புறேன், பையப் பாத்துக்குங்க."

"சரிம்மா!" என்ற கடைக்காரப் பெண் பைகளை வினோதமாகப் பார்த்தார்.

"என்னம்மா இது?"

"புதுசா புள்ளக சேந்திருக்கல்ல அவங்களுக்கு நோட்டு, புத்தகம், பை இதெல்லாம்.

"ம், என்ன செய்ய? பத்து வருசத்துக்கு முன்னாடி ஈ மொச்ச மாதிரி பள்ளிகூடம் பூராம் புள்ளகளாத் திரியும்... இப்ப ஒத்தப் புள்ள, ரெண்டு புள்ளகன்னு பாக்கவே சங்கடமா இருக்கு."

"நாம என்னக்கா செய்ய முடியும். சரிக்கா பசங்கள அனுப்புறேன்"

என்று கூறிவிட்டு பள்ளியை நோக்கி நடந்தாள். நாம் படிக்கும்போது நாம் படித்த அரசுப் பள்ளி அப்படித்தானே இருந்தது. என் வகுப்பில் மட்டுமே 42 பேர் இருந்தோமே. இந்த ஆய்வை எதிலிருந்து தொடங்குவது? கவிதாவிற்குச் சுற்றிலும் இருட்டுக்கட்டியதுபோல் தோன்றியது.

ராஜேஷ் கண்ணாவையும் ஐஸ்வர்யாவையும் அனுப்பி பைகளைக் கொண்டுவரச் சொன்னாள். குழந்தைகள் ஆனந்தமாய்க் குதித்தோடிப் போய்ப் பைகளைக் கொண்டுவந்தார்கள். புதிதாய் வந்த குழந்தைகளை அருகே அமர்த்தி பைகளைப் பிரித்து, ஜெராக்ஸ் எடுத்து, பைண்டிங் செய்த புத்தகங்களை வெளியில் எடுத்து குழந்தைகளின் பெயர்களைப் புத்தகங்களில் எழுதிக் கொடுக்க, அவர்களின் முகத்தில் ஏற்பட்ட சந்தோசத்தை விளக்க வார்த்தைகள் இல்லை, இரண்டு குழந்தைகளுக்குமான செலவு கிட்டத்தட்ட ஆயிரம் ரூபாயைத் தொட்டுவிட்டாலும், அதில் ஓர் ஆனந்தம் நிறைந்திருந்தது. குழந்தைகளின் மகிழ்வில் வரும் சிரிப்பென்பது எப்போதுமே கவிதாவிற்கு ஓர் உற்சாக டானிக்தான்.

தலைமை ஆசிரியர் வரும் சத்தம் கேட்க... ராஜேஷ் கண்ணா எழுந்து ஓடினான். கவிதாவும் கையொப்பம் இடுவதற்காக எழுந்து சென்று உள்ளே நுழைய, ராஜேஷ் தலைமை ஆசிரியரிடம்,

"சார்! நம்ம மிஸ் கலாவுக்கும் பாண்டிச் செல்வத்துக்கும், பை, புக்கு, நோட்டு, சிலேட்டெல்லாம் வாங்கிட்டு வந்திருக்காங்க சார்!"

"குட் மானிங் சார்!"

"குட்மானிங்! பரவாயில்ல, ரொம்ப ஆர்வமா இருக்கீங்க. ராஜேஷ் பசங்கள பைய எடுத்துட்டு வரச்சொல்லு பாப்போம்."

கவிதா கையொப்பம் இட்டுக்கொண்டிருக்க, உற்சாகமாகப் பைகளுடன் வந்தார்கள்.

"பாரு, டீச்சர் ஒரே நாள்ல எல்லாப் பொருளையும் உங்களுக்காக வாங்கிட்டு வந்திருக்காங்க, நல்லா படிக்கணும் சரியா?"

"சரிங்க சார்!"

"சரி, வகுப்புக்குப் போங்க... பாத்து மெதுவா, இதுக்கு எவ்ளோ ஆச்சி டீச்சர்?"

"பரவால்ல சார்!, பசங்களுக்கு நான் கிப்ட் கொடுத்ததா இருக்கட்டுமே."

"ஏன், அந்தச் சந்தோசத்துல நானும் பங்கெடுத்துக்கிறேனே, சும்மா சொல்லுங்க."

"ஆயிரத்து நூறு சார்!"

"இந்தாங்க" என்று ஐநூறு ரூபாயைக் கொடுத்தார்.

"டீச்சர்! பசங்கதான் நமக்கு எல்லாமே. பசங்கள வச்சுத்தான் நாம. நீங்க அவங்களுக்கு என்னென்ன செய்யணும்னு நெனக்கிறீங்களோ செய்ங்க, நானும் பங்கெடுத்துக்கிறேன்.

"ஓகே சார்! எனக்கு அது போதும். நான் பார்த்துக்கிறேன்" என்று கூறிவிட்டு வகுப்பறைக்கு வந்தாள்.

ராஜேஷ்கண்ணாவும், ஐஸ்சுவும் தலைமையாசிரியர் வகுப்புக்குச் சென்றார்கள். இரண்டாம் வகுப்பு படிக்கும் பாண்டி செல்வமும் மூன்றாம் வகுப்பு படிக்கும் கலாவும் ஜானகியும் கவிதாவைச் சுற்றியும் அமர்ந்துகொண்டார்கள்.

"புள்ளங்களா! இதுவரைக்கும் எப்புடிச் சொல்லிக் குடுத்தாங்க, எப்பிடிப் படிச்சீங்க இதெல்லாம் நாம தூரமா ஒதுக்கி வச்சிரலாம்."

"சரிங்க மிஸ்!" கோரஸாகச் சொன்னார்கள்.

"கையக் கட்டாதீர்கள், சும்மா சாதாரணமா உட்காருங்க".

"சரிங்க மிஸ்!"

குழந்தைகள் உற்சாகமானார்கள்.

கவிதாவிடம் தன்னைத்தானே பெருமைபட்டுக்கொள்ளும் ஒரு விசயம் இருக்கிறது. தான் இருக்குமிடம், அதன் போக்கு நல்லதாக இருந்தால், அதன் போக்கிலும் அதில் மாற்றங்கள் தேவைப்பட்டால் மாற்றங்கள் செய்து தனக்கானதாக மாற்றிக்கொள்வாள்.

தனது கணவன் மகேஷின் குடும்பம் ஊரில் தறிகெட்டதெனப் பெயரெடுத்த குடும்பம். மகேஷின் அப்பா பெரிய சூதாடி. பத்தாதக்குறைக்கு குடிப்பழக்கம் வேறு. அதுவும் பத்தாதென்று பெண்களுடன் தகாத சகவாசம் வேறு. அதனால் தன் மனைவியுடன் கொஞ்சமும் இணக்கமில்லாமல் இருக்கச் செய்தது. அதனால் மகேஷின் சகோதரர்களும் தந்தை எவ்வழியோ நாமும் அவ்வழி என்று ஆகிவிட்டார்கள்.

பெண் பார்த்துவிட்டுச் சென்று சில நாள்களில் இவர்களின் குடும்பம் பற்றி முழுவதுமாகத் தெரிய வர, கவிதாவின் அப்பா இந்தத் திருமணம் நடக்கக்கூடாது என்று பிடிவாதம் பிடிக்க, ஏனோ மகேஷின் குணம் பிடித்துப் போனது. அதே அப்பாவிற்குப் பிறந்த மகேஷ் நல்லவனாக இருப்பதை ஏற்றுக்கொண்டு திருமணத்திற்கு அப்பாவைச் சம்மதிக்க வைத்தாள்.

பத்தாக்குறைக்கு மூத்த அக்காள் கணவனுடன் முரண்பட்டு வீட்டோடும் இரண்டாவது அக்காள். திருமணம் முடிந்து மூன்றாண்டுகளாக கணவனுடன் இங்கேயே தங்கிவிட்டிருந்தாள். கணவன் டிராக்டர் டிரைவராக இருக்கிறான். அவன் செலவு செய்தது போகமீதத்தைக் கொண்டுவந்து குடுப்பான். ஏதோ பாட்டன், பூட்டன் சம்பாதித்து வைத்திருந்த 10 குழி வயலை வைத்து மஞ்சள் குளிக்கிறார்கள்.

அந்த நேரத்தில்தான் வட்டாட்சியர் அலுவலகத்தில் கடைநிலை ஊழியராக வேலை பார்த்த தனது அப்பா திடீரென இறந்துவிட, வேறு யாருக்கும் வாரிசு வேலைக்கான தகுதிகள் இல்லாமல் போக... BSC படித்துவிட்டு வெட்டியாக ஊரில் கிரிக்கெட் விளையாடிக் கொண்டிருந்த மகேஷ்க்கு லாட்டரி அடித்ததுபோல் ஆகிவிட்டது.

வயலை அண்ணன்களுக்குப் பிரித்துவிட்டு, அப்பா இறந்ததும் வரும் பணத்தை அக்காக்களுக்குப் பிரித்துக் கொடுத்துவிட்டு அம்மாவிற்குக் குடும்ப பென்சனுக்கு ஏற்பாடு செய்துவிட்டு, திருமணத்திற்குத் தயாரானான் மகேஷ்.

ஒரு மனிதன் இறந்தால் அந்தக் குடும்பம் சோகத்திலிருந்து மீள பல நாள்கள் ஆகும். ஆனால் ஒரு குடும்பத் தலைவனின் மரணத்தைக் கொண்டாடித் தீர்த்த குடும்பம் மகேஷின் குடும்பம்.

தன் குடும்பத்தைத்தான் வாழும் காலத்தில் குடும்பமாகப் பார்க்காத ஒருவன் இறந்துவிட்டால் அந்தக் குடும்பம் மகிழ்ச்சியில் துள்ளிக் குதிக்கும் என்பதற்கு மகேஷின் அப்பா மரணமே சாட்சி.

அந்த நேரத்தில்தான் கவிதாவின் குடும்பத்தில் அப்படி ஒரு குழப்பம் நிகழ்ந்தது. மகேஷின் குடும்பப் பின்னணியை கேள்விப்பட்ட கவிதாவின் அப்பா பிடிவாதமாக மறுத்துவிட, அந்தக் குடும்பத்தில் பிறந்த மகேஷ் நல்லவனாக இருப்பதைத் தன் அப்பாவிற்கு எடுத்துக்கூறி சம்மதிக்க வைத்தாள்.

தன் குடும்பத்தைப் பற்றிக் கேள்விப்பட்ட பின்பு தன் அப்பாவின் எதிர்ப்பையும் மீறி, கவிதா தன்னைக் கரம் பிடித்ததால் மகேஷிற்குக் கவிதாவின்மேல் மனைவி என்ற நிலையையும் கடந்து பெரிய மரியாதை இருந்தது.

திருமணம் முடிந்த கையோடு, மகேஷின் பெரிய அக்காவிடம் பேசி முடித்து அவளது கணவன் வீட்டிற்கு அனுப்பினாள். இரண்டாவது அக்காவை உள்ளூரிலேயே தனிக்குடித்தனம் வைத்தாள். அவளது கணவனுக்குத் தனது கணவனைக் கேரண்டி கையெழுத்துப் போடச்சொல்லி டிராக்டர் ஒன்றை வாங்கிக் கொடுத்தாள்.

அந்த அருமை நாத்தனார்கள்தான் மகேஷின் இரண்டாவது திருமணத்திற்குக் கொடிபிடித்து ஆப்பு வைத்த கதைதான் உங்களுக்கு தெரியுமே?

இவ்வளவு அனுபவம் உள்ளதால் கவிதாவின் இன்றைய நிலையை மாற்றிவிடலாம் என்கிற நம்பிக்கை மேலோங்கியது.

7

ஆலமர பாலத்தில் சிற்றுந்து நின்றதும், தோட்டங்களுக்குக் கூலி வேலைக்குச் செல்லும் பெண்கள் இறங்கினார்கள். ஓட்டுநரும் நடத்துநரும் எப்போதும் அங்கே வண்டியை ஓரமாக நிறுத்திவிட்டு, இறங்கி சிறியதாக இருக்கும் டீக்கடையில் டீ குடித்து தம் அடிப்பார்கள். அப்போதுதான் கவிதாவிற்கு செம்பட்டை நிறச் செம்போத்துப் பறவை ஒன்று சினேகமானது, பேருந்து நிற்கும் இடத்திற்கு வலப்புறமாகத் தாழ்ந்து செல்லும் கிளையில் எப்போதும் அமர்ந்திருக்கும் அதிசயம் என்னவென்றால் சிற்றுந்து வந்து நின்றதும் சிற்றுந்தின் பக்கமாகத் திரும்பிக்கொள்ளும் கவிதாவிற்கு என்ன கவி எப்பிடி இருக்க என்று கேட்பதாய்த் தோன்றும். திடீரென க்கூம், க்கூம் என கூவிக்காட்டும், இறக்கைகளை சிலிர்த்துக் காட்டும். ஒவ்வொரு நாளும் இது நடப்பதால் சோர்ந்த மன நிலையில் வந்தாலும் இங்கு வந்து நிற்கும் இந்தப் பத்து நிமிடங்களில் கவிதாவிற்கு உற்சாகம் தொற்றிக் கொள்ளும்.

பள்ளியின் அருகில் சிற்றுந்து வந்து நின்றதும், அத்தனை குழந்தைகளும் காத்துக் கிடந்தார்கள். ஏதோ ஓர் அதிசயம் நடந்திருக்க வேண்டும். குழந்தைகளின் முகத்தில் இப்படி ஒரு மலர்ச்சி தென்படுகிறதே.

ஐஸ்வர்யா இறங்கும்போதே லஞ்ச் கூடையை வம்பாக வாங்கிக்கொண்டாள்.

“மிஸ்! நாங்க ஸ்கூல்ல ஒண்ணு செஞ்சிருக்கோமே.”

“அப்படியா? அப்பிடி என்ன உலகத்துல இல்லாத அதிசயமா செஞ்சிருக்கீங்க”

“நீங்க வாங்க மிஸ்! வந்து பாருங்க” என்ற ஜானகி தன் பிஞ்சு விரல்களால் கவிதாவின் விரலைப்பற்றி இழுத்துச் சென்றாள்.

“வர்றேன், வர்றேன் இழுத்துக் கீழபோட்டுறாத.”

பள்ளியின் அருகில் நெருங்க நெருங்க... வளாகத்தில் தேவையில்லாத செடிகள், கொடிகள் குப்பைகள் அகற்றப்பட்டு படுசுத்தமாக இருந்தது. பார்ப்பதற்கே மனதிற்கு இதமாகத் தெரிந்தது.

“என்ன இது கண்ணுங்களா யாரு சுத்தம் செஞ்சாங்க?”

“மிஸ் நேத்து 100 நாள் வேலை செய்றவங்க வந்து சுத்தம் செஞ்சாங்க மிஸ்க் கிராம சபக் கூட்டம் நடக்கப்போகுதாம், நாங்க என்ன செஞ்சோம் தெரியுமா, வாங்களேன்.”

என்று ஐஸ்வர்யா அழைத்துச்சென்று இரண்டு கட்டிடங்களுக்கு இடையில் உள்ள இடைவெளியைக் காட்டினாள்.

அங்கே எங்கிருந்தோப் பூச்செடிகளை பறித்து வந்து நட்டிருந்தார்கள். இதைச் செய்து முடித்து தண்ணீர் ஊற்றியதால் அவை வேர்பிடித்து நின்று சிரித்தன. அதில் நிறைய ஜல்லிக்கட்டுப் பூச்செடிகள் இருந்தன. அவர்களுக்கே என்னவென்று தெரியாத செடிகள் சிலவற்றையும் நட்டிருந்தார்கள்.

“மிஸ்! இது நான் நட்டது”

என்று கவிதாவின் முந்தானையைப் பிடித்து இழுத்து பார்க்கச் செய்தாள் ஜானகி.

“மிஸ்! இது களச்செடி மிஸ்! இந்தப் புள்ள என்ன செடின்னு தெரியாமயே புடிங்கியாந்து நட்டுவச்சிருக்கு மிஸ்”

கவிதா அந்தச் செடியைத் தொட்டுப் பார்த்துவிட்டு

“அட இது குப்பமேனி”

என்று சிரித்துக்கொண்டே சொல்ல... மற்ற குழந்தைகளும் சிரித்துவிட்டார்கள். அப்படியே ஜானகியின் முகம் வாடிவிட்டது.

“நீங்கல்லாம் பூச்செடியத்தான நட்டு வச்சிருக்கீங்க, ஆனா நம்ம ஜானகி மூலிகச் செடிய நட்டு வச்சிருக்கா. மருந்துச் செடிய நட்டு வக்கணும்னு யாருக்காச்சும் தோணிச்சா? நீங்க வேணும்னா பாருங்க... நம்ம ஜானகி, டாக்டருக்குத்தான் படிக்கப்போறா.”

ஜானகி வெட்கத்தில் நெளிய... கவிதாவிற்குச் சந்தோசம் கொள்ளாமல்,

“ஏஞ்செல்லம்!” எனக் கன்னத்தைப் பிடித்துக் கிள்ளினாள்.

“சரி, நடங்க. வகுப்புகளுக்குப் போகலாம்”

என்று செல்ல, ஆட்டுக்குட்டியாய்ப் பின்னாலேயே வந்தார்கள் குழந்தைகள்.

“சரி, யார் யார் இன்னக்கிச் சாப்பிடாம வந்தீங்க?”

"எல்லாரும் சாப்பிட்டோம் மிஸ்!"

"மிஸ்! நாங்க சாப்பிடல மிஸ்! அம்மா சோறு வடிச்சி எடுத்துட்டு வருவாங்க மிஸ்!"

புதிதாக வந்த மலர்க்கொடி கையை உயர்த்திக் கூறினாள்.

"ம்... இங்க பாருங்க, கொஞ்சம் லேட் ஆனாலும் வீட்டுல சாப்பிட்டுட்டுதான் வரணும், காலைல சாப்பிடாம வராதீங்க."

என்று சொல்லிக்கொண்டிருக்கும்போதே ஒரு பைக் வந்து நின்று, அதிலிருந்து ஒரு முப்பது வயது நபர் இறங்கி வந்தான். அவர் தோரணையே வித்தியாசமாக இருந்தது. உள்ளே பனியன் தெரியும்படி சட்டையும் அழுக்கு லுங்கியும் உடுத்தியிருந்தார்.

வந்தவ

"மலரு! மணி! வாங்கடா" என்றான்.

கவிதாவிற்குப் புரிந்துவிட்டது. ஊரிலிருந்து வந்த குழந்தைகளின் அப்பா என்பது. கவிதா எழுந்து நிற்க... மலரும், மணியும் கவிதாவின் பின்னால் வந்து ஒளிந்தார்கள்.

அவன் கையை நீட்டிப் பிடிக்க வர....

"இங்க பாருங்க, தள்ளி நில்லுங்க. போயி இவங்க அம்மாவக் கூப்பிட்டு வாங்க."

"அந்த அவுசாரிய நானு எதுக்குக் கூப்புடுறேன். ஏம்புள்ளய நான் கூட்டிட்டுப் போக அவ என்ன வக்கீலா?"

என்று கூறிவிட்டு அருகில் வர, கவிதா சங்கோஜப்பட்டு நிற்க... இரண்டு கைகளிலும் இரண்டு குழந்தைகளைப் பிடித்து இழுத்துக் கொண்டுபோக, குழந்தைகள் அலறினார்கள். தரையில் கால்களைப் பரப்பி வம்பு செய்தார்கள்.

"ஏங்க! இங்க பாருங்க."

கூறிக்கொண்டே பின்னால் வர... அதைச் சற்றும் பொருட்படுத்தாமல் மணியைத் தூக்கி தோளில் போட்டுக் கொண்டு மலரைக் கையைப் பிடித்து இழுத்துக்கொண்டு பைக்கின் அருகில் சென்றான். கையைவிட்டு சாவியை எடுக்க மலரின் கையைவிட அந்த ஒரு நொடிப் பொழுதில், தப்பித்து வீட்டை நோக்கி ஓடினாள் மலர்.

“ராஜேஷ்! மலர்கூடப் போடா”

என்று ராஜேஷை அனுப்பிவிட்டு பைக்கை வளைத்து நிற்க... மணியைப் பெட்ரோல் டேங்கில் அமர வைத்து ஆக்ஸிலேட்டரை வேகமாக முறுக்கி கவிதாவின்மீது மோதுவதைப் போன்று வர... கவிதா விலகி விக்கித்து நின்றாள். அவர் சென்ற ஒரு நிமிடத்திற்குள்ளாகத் தலைமை ஆசிரியர் வர... பதற்றத்துடன் ஓடிச் சென்ற கவிதா,

“சார், சார்!”

“டீச்சர்! பதட்டப்படாதீங்க.”

“சார்! மணிய அவங்க அப்பா தூக்கிட்டு பைக்குல...”

“அய்யய்யோ!” எனச் சுற்றும் முற்றும் பார்க்க, ஒரு சிலர் கூடிவிட்ட நிலையில் முன்னாள் மாணவன் ஒருவன் அங்கு வர,

“மருது!”

“சார்!”

“வா, வண்டியில ஏறு.”

என அவனைப் பின்னால் அமர வைத்துக்கொண்டு அவன் சென்ற திசையில் வண்டியைச் செலுத்தினார் கிருஷ்ணமூர்த்தி.

“சார்! நான் பாத்தேன் சார்! நம்ம டீச்சர்மேல வண்டிய ஏத்துற மாதிரி வர்றான் சார்!”

“நீ ஒண்ணு குடுக்க வேண்டியதானடா”

“சார்! நமக்கு எதுக்கு சார் வம்பு?”

சார்! அந்தா போறான் சார்!

சற்று வேகமாகச் சென்று அவனிற்கு இணையாக வண்டியை ஓட்டியபடி...

“தம்பி! வண்டிய நிப்பாட்டிக் கொழந்தைய எறக்கி விடு.”

“சார்! புள்ள எம்புள்ள சார்!”

“அத அவனோட அம்மா சொல்லட்டும். நான் அவங்க அம்மாகிட்ட ஒப்படைக்கிறேன். அங்க வந்து கூட்டிக்க.”

“அவள அங்க வரச்சொல்லுங்க.”

“வண்டிய நிறுத்துறயா, பொறங்கைல ஒண்ணுவிடவா?”

அவன் மரியாதையாக வண்டியை நிறுத்தினான்.

“மருது! நீ எறங்கு.”

“சார்!”

“நீ வண்டிய விட்டு எறங்கு.”

இருவரும் இறங்கி அவனிடம் சென்று நிற்க... அவன் இறங்கினான்.

“சார், எம்புள்ளயக் கூட்டிட்டுப் போக நீங்க என்ன சார் நடுவுல”

“அத உம் பொண்டாட்டி கிட்டக் கேள்றா.” தள்ளி நில்லு”

அவன் சற்று ஒதுங்கி நிற்க, மணி அழுதபடியே இருந்தான்.

“மருது! வண்டிய எடுறா.”

மருது குழந்தையை முன்வைத்து வண்டியில் ஏற...

“நீ பின்னாடி ஏறி உக்காரு.”

“எதுக்கு சார்!”

“ஒக்கார்றையா, போலீசுக்குப் போன் பண்ணவா?”

போலீஸ் என்றதும் பயந்து பின்னால் எறி அமர்ந்தான்.

“வாத்திங்கன்னா சொம்பைன்னு நெனச்சியா? ஒன்னயமாரி எல்லா மசுரும் எங்களுக்கும் தெரியும். வண்டிய எடு மருது!”

மருது வண்டி முன்னால் செல்ல... கிருஷ்ணமூர்த்தி பின்னாலேயே சென்றார். பள்ளியை நெருங்க நெருங்க ஊரே பள்ளிக்கு முன்னால் கூடிவிட்டிருந்தது. கவிதாவின் முகம் வியர்த்து படபடப்புடன் காணப்பட்டாள். குழந்தையின் அம்மாவும் பாட்டியும் ஒப்பாரி வைத்துக்கொண்டிருந்தனர். அவர்களது பாட்டி அழுகையுடன் அசிங்க அசிங்கமான வார்த்தைகளால் அபிசேகம் நடத்திக் கொண்டிருந்தாள்.

வண்டி அருகில் வந்ததும் பாட்டி ஓடிச் சென்று குழந்தையைத் தூக்கியபடி,

“ஏன்டா! உப்பு தருசுக்குப் பொறந்தவனே! களவாணித்தனமா ஏன்டா புள்ளயத் தூக்கற? சரியான ஆம்பளண்டா வீட்டுக்கு வந்துருக்கணும் த் தூ...”

“யாரு உப்பு தருசு? நீ சின்னோட கட்டாப்புல பல பேருக்கு முந்தி விரிச்சது ஒருத்தனுக்கும் தெரியாது?”

பள்ளிக்கூடம், ஆசிரியர்கள், மாணவர்கள் இருக்கிறார்கள் என்ற பிரக்ஞையற்று வார்த்தைகள் விஷ அம்புகளாய் வந்து விழுந்து கொண்டிருந்தன.

“என்னடா சொன்ன?”

என்று குழந்தையை இறக்கி விட்டுவிட்டு அவனது சட்டையைப் பிடித்துக் கீழே இழுத்துப் போட்டாள்.

அங்கிருந்து குழந்தைகளை அழைத்துக்கொண்டு உள்ளே போகும்படிக் கிருஷ்ணமூர்த்தி கவிதாவிற்கு ஜாடை காட்ட, கவிதா குழந்தைகளை அழைத்துக்கொண்டு உள்ளே சென்றாள்.

கீழே விழுந்த அவன் எழுந்து வந்து பாட்டியின் முடியைப் பிடித்து இழுத்து லாத்தினான். பாட்டியின் முகம் தரையில் மோதி வாயில் ரத்தம் வர... வேடிக்கை பார்த்துக்கொண்டிருந்தவர்களில் ஒருவன் ஓடிவந்து இடுப்பில் மிதிக்க... அவன் நிலை தடுமாறி விழுந்தான். ஒருவன் துணிய, சுற்றியிருந்த இளைஞர்கள் இமைக்கும் நேரத்தில் நையப்புடைத்து விட்டார்கள்.

சட்டை கிழிந்து... வாயில் கன்னத்தில் ரத்தக் காயங்களுடன் எழுந்தவன் அருவருப்பான வார்த்தைகளைக் கூறியவாறே வண்டியை எடுத்துக்கொண்டு சென்று விட்டான்.

கவிதா தலையில் கை வைத்து அமர்ந்துவிட்டாள். எல்லாம் சரியாகிவிடும் என நினைத்தவளுக்கு இது பெரிய சறுக்கலை ஏற்படுத்தி விடுமோ என்ற ஐயம் ஏற்படத் துவங்கியது. ‘இதிலிருந்து நாம் எப்படி மீளப் போகிறோம்?’ சிந்தனை ஓட்டத்தை கிழவியின் வார்த்தை கலைத்துப் போட்டது.

“ஏம்மா! புள்ளய தூக்கிட்டுப் போறவரைக்கும் என்னம்மா செஞ்சிட்டிருந்த? இதே புள்ளயப் பாத்துக்குற லட்சணமா, புள்ளக்கி மட்டும் எதுனா ஆகிருந்துச்சு, ஒன்னைய உண்டு இல்லன்னு செஞ்சிருப்பேன்.”

கிழவியின் கொஞ்சமும் ஜீரணிக்க முடியாத வார்த்தைகள் வந்து விழ... கவிதா உள்ளத்தளவில் உடைந்துபோனாள்.

மனிதர்கள் எவ்வளவு சாதாரணமாக வார்த்தைகளை வீசி எறிகிறார்கள்.

“ச்சீ” என்றாகிவிட்டது கவிதாவிற்கு.

8

சிற்றுந்தை வழி மறித்தன மலை மாடுகள். ஓர் இருநூறு கிட்டத்தட்ட முன்னூறு மாடுகளை ஒன்றாகப் பார்ப்பது கவிதாவிற்கு வியப்பைத் தந்தது. அவற்றின் கழுத்தில் கட்டப்பட்ட மணிகளின் ஓசை ஓர் இசைக் கச்சேரியையே நடத்திக்கொண்டிருந்தது. அந்த முன்னூறு மாடுகளுக்கு ஒரே மேய்ப்பன் என்பது ஆச்சர்யத்திலும் ஆச்சர்யமாக இருந்தது. மாடுகளின் காலிடுக்கில் லாவகமாகக் கடந்து செல்லும் கன்றுகள் கொள்ளை அழகுதான். அவைகள் கடந்து போகும்வரை சிற்றுந்து நிறுத்தப்பட்டது.

மாடுகளின் பின்னால் தண்ணீர்ப் பாட்டிலைக் கயிறுகட்டி தொங்கவிட்டபடி, செல்போனில்,

"மலமபித்தா பித்தாரே மலமபித்தாரே..." என பாட்டை ஒலிக்க விட்டுக்கொண்டு நின்றவனை

"ஏலே பாண்டி! கைனி வச்சிருக்க?" என ஓட்டுநர் கேட்க (புகையிலை).

"போடா! ஏலே உனக்கு இதே பொழப்புடா!"

"சரிதே, குடுறா! மறந்தீட்டு வந்துட்டேன். ஒனக்கு நாளைக்கு முழு பாக்கெட்டு வாங்கித்தாறேன்."

"ஆமா நீ நக்குன... இந்தாடா ஏலே!"

"நீ பெரிய சம்பாத்தியக்காரே பேசுவடா!"

என்று அவன் குடுத்த புகையிலைப் பொட்டலத்திலிருந்து நைசாக புகையிலையைக் கையில் தட்டி, பொட்டலத்தைத் திருப்பிக் குடுக்க...

"ஆமாடா? சம்பாத்தியநுதே 430 உருப்படி இருக்கு உருப்படிக்கு 3 ரூவா கணக்கு போட்டுப் பாரு. டீ காசு 50 அதையுஞ் சேத்துக்க. அந்தா, அப்புடி வண்டிய ஓரங்கட்டிட்டு எறங்கி வா."

"போடா! ஏலே போ மாடு சைடுல எறங்கிப் போகுது."

"அதென்ன நம்மள மாறி மனுசனா? ஒத்த சவுண்டுக்கு மேடு ஏறிரும்டா! பாக்குறியா?"

“த்தா... கிரிக் கிரிக்” என வினோதமாகச் சத்தம் கொடுக்க... கீழே இறங்கிய மாடுகள் மேலே ஏறத் தொடங்கின.”

“போ, போ, போட் ரைட்!”

என சொல்லிக்கொண்டே சென்று... விட

பார்ப்பது, கேட்பது எல்லாமே கவிதாவிற்கு ஆச்சர்யமாக இருந்தது.

“ஏம்பா சதீசு நெசமாப்பா? நாளக்கி ஏய் ஆயர்ரூவாக்கி மேலே கணக்கு சொல்றானப்பா”

“நெசந்தேண்ணே நாமதே மோட்டாரு வேலயப் பழகிட்டு பத்துக்கும் நூறுக்கும் லோல் படுறோம், காலம் தலைகீழா மாறுதுண்ணே!

கவிதாவிற்கு வினோதம் தூரத்தில் மலை மாடுகளின் மணியோசை கேட்டுக்கொண்டே இருந்தது. ஒற்றை வார்த்தைக்குக் கட்டுப்படும் வாயில்லா ஜீவன்கள். அதன் கூடிவாழும் வாழ்க்கை. மனிதனுக்காகவே பிறப்பெடுத்ததாய் வடிவமைக்கப்பட்ட அமைப்பு சக மனிதனைத் தவிர்த்து வாழும் மனிதர்களுக்கு மத்தியில் மனிதனுடன் ஒன்றியே வாழப் பழகி விட்டவைகளிடம் மனிதன் கற்றுக்கொள்ள வேண்டிய பாடங்கள் நிறைய உள்ளனவே. மலை மாடுகளின் மணியோசை போலவே அந்தச் சிந்தனை கொஞ்சங் கொஞ்சமாய் மறைய... பள்ளியைப் பற்றிய சிந்தனை தலைதூக்கத் துவங்கியதும் பள்ளி வந்து விட்டது.

சிற்றுந்தைவிட்டு இறங்கிக் கொஞ்ச தூரம் நடந்து சென்றபின் மரத்தடியில்ராமசாமி வாத்தியார் அமர்ந்திருந்தார்.

“வாம்மா! நேத்து ஒரே ரகளையாகிப் போச்சாம்ல? பென்சன் புத்தகத்தக் காட்ட கருவூலத்துக்குப் போயிட்டேன். ஒவ்வொரு வருசமும் பென்சன் வாங்குறவய்ங்க எல்லாம் உசுரோட இருக்காய்ங்களாண்டு செக்கப் பண்றாய்ங்கல்ல... காலக்கொடும அதுக்கு அலஞ்சதுல ரெண்டு நாளா காய்ச்ச. அதாம்மா இங்குட்டு வரமுடியல.”

“ஒடம்ப பாத்துக்கங்கய்யா! நானே உங்கள் வீட்டுல வந்து பாக்கலாம்னு நெனச்சேன். சார் வேற ரெண்டு நாள் வீவு. அந்தப் புள்ளகள அவங்க அம்மாவும் பாட்டியும் ஸ்கூலுக்கு அனுப்பலங்கய்யா! பசங்கள அனுப்பி கூட்டியாரச் சொன்னா

அவங்க பாட்டி இந்தப் பசங்களையும் மானாங்கன்னியா பேசுதாம்.''

"அவ கெடக்கா, அந்தப்புள்ள. இப்பிடி இங்க வந்து இருக்குறதுக்கு முக்கியக் காரணமே அவதே... போயி பைய வச்சிட்டு வாம்மா! அவுக வீடுவரைக்கும் போயிட்டு வருவோம்''.

பையை வகுப்பில் வைக்கச் சொல்லி குழந்தைகளிடம் கொடுத்துவிட்டு,

"வாங்கய்யா! போவோம்.''

என அய்யாவை அழைத்துக்கொண்டு ஊருக்குள் நடந்து சென்றார்கள். ஊர் ஆள்கள் வினோதமாகப் பார்த்தார்கள். "இதாம்மா நம்ம வீடு'' என்று ஒரு பழைய மச்சு வீடு ஒன்றைக் காட்டினார்.

"நல்லாருக்குங்கய்யா! அய்யா வீட்டுல நீங்க மட்டுந்தானா?''

"ஆமாம்மா! புண்ணியவாட்டி போயிச் சேந்துட்டா. எந்தங்கச்சி மக ஒண்ணு ஒன்னய மாதிரிப் பிடிமானம் இல்லாம இருக்கு. அதுக்கு ஒரு பையன். அதுகளுக்கும் யாருமில்லயா, வாங்குற பென்சன்ல கொஞ்சத்த அது கைல குடுத்துருவேன். அது சோறாக்கிக் கொடுக்கும். அதச் சாப்பிட்டு அப்புடியே பொழப்பு ஓடுது.''

"நம்ம பொழப்பு நம்ம கையிலன்னு சொன்னா நம்புற மாதிரியாங்கய்யா இருக்கு?''

"அதச் சொல்லு.... இந்தா, இந்த வீடுதாம்மா!''

"நீங்களே கூப்புட்டுப் பேசுங்கய்யா!''

"பொன்னுத்தாயி! ஏய் பொன்னுத்தாயி!''

கிழவி மெதுவாக வந்து நொச்சித்தட்டியை விலக்கி எட்டிப் பார்த்துவிட்டு தலையை உள்ளே இழுத்துக்கொண்டு,

"அண்டங்காக்கா கரட்டு கரட்டுன்னு கத்துறப்பவே நெனச்சேன், அந்தக் குச்சனூரு சனீஸ்வரனே வரப்போறாண்டு... இந்தா வந்துடான்ல?''

"இந்தா பொன்னுத்தாயி!''

விசுக்கெனத் தட்டியை விலக்கிவிட்டு,

“மாமா! செத்த உள்ளார சோலியா இருந்தேன்.”

“ஆமா, புள்ளகளப் பள்ளிக்கூடத்துக்கு அனுப்பலயாம்ல?”

“ஆமா, அந்தக் குடிகாரப்பய புள்ளகளத் தூக்கிட்டுப் போயி எதுனா செஞ்சிப்புட்டா, படிச்சி என்னத்த கூடையில அள்ளப் போகுதுக. பேசாம ரெண்டு ஆட்டுக்குட்டிகள மேச்சிட்டு எங்கூடவே இருக்கட்டும் மாமா!”

“படிக்கிற புள்ளகளப் பள்ளிக்கூடத்துக்கு அனுப்பாம வீட்டுல வச்சிருந்தா செயிலுக்குப் போகணும் தெரியும்ல?”

“எதுக்கு? எங்க பிள்ளகள இஷ்டமிருந்தாத்தே அனுப்புவோம்.”

“அது ஒங்கப்பே காலம். இப்ப அப்பிடியில்ல. ரேசன்ல ஓசியா வாங்குவ. கரண்டு ஓசியா குடுப்பாய்ங்க, டீவி ஓசில வாங்கி பகுமானமா படுத்துக்குவ. எந்தத் தொந்தரவும் இல்லாம புள்ளகளப் படிக்க வைக்கத்தே. புத்தகம், நோட்டுபெனுசலு, சட்ட துணிமணி, பேக்கு, செருப்பு இதெல்லா எதுக்கு? இதுல ஏதாச்சும் ஒன்னக் காரணம் காட்டி ஒன்னய மாரி அரவேக்காட்டுக் கழுதக இப்படியல்லா செய்யக்கூடாதுன்னுதே, சும்மா நொசநொசன்னு பேசாம புள்ளகள அனுப்புற வழியப்பாரு.” கிழவிக்கு வியர்த்து விட்டது. சமாளித்து,

“மாமா! அவே வந்து புள்ளகளத் தொட மாட்டான்டு என்ன உத்தரவாதம்?”

“இந்தா, அவே போன் நம்பர். அவே மாமா போன் நம்பர். எல்லாம் பேசிட்டேன். பஞ்சாயத்த முடிக்காம பள்ளிக்கூடத்துப் பக்கம் வந்தா போலீஸ்ல புடிச்சிக் குடுத்துருவேன்னு மெரட்டிட்டேன். அவே வரமாட்டான்.”

கிழவிக்கு இறுக்கம் தளர்ந்து சகஜ நிலைக்கு வந்து,

“மாமா! அவே குடிகாரே, நம்ப முடியாது.”

“அவன நம்பாத, என்ன நம்பு. எதுனா ஆச்சுன்னா எம் பொறுப்பு.”

அதற்குள்ளாகவே பிள்ளைகளே பைகளைத் தூக்கி வந்து டீச்சரிடம் ஒட்டிக்கொண்டார்கள்.

“அம்மா எங்க?”

“அம்மா ஆஸ்பத்திரிக்கிப் போயிருக்கு மிஸ்!”

குழந்தைகளை அழைத்துக்கொண்டு பள்ளிக்குத் திரும்பினார்கள். தெருவில் இருந்தவர்கள் வேடிக்கை பார்த்தார்கள். கவிதாவிற்கு ஒரு மாதிரியாக இருந்தது. ஆனால், ராமசாமி ஆசிரியர் எதையும் கண்டுகொள்ளவில்லை. ‘தனக்கான வாழ்க்கையைத் தக்கவைத்துக் கொள்ள போராடும் நிலைக்குத் தள்ளப்பட்டு விட்டோமோ?’ என்ற ஐயப்பாடு எழுந்தது. ‘இந்தப் பள்ளி இல்லை என்றால், தனக்கு ஒன்றும் வேலை போய்விடாது. ஏதாவது ஓர் அரசுப் பள்ளியில் வேலை பார்க்கத்தான் போகிறாள். ஆனால், தான் வேலை பார்க்கும் காலத்தில் ஒரு பாரம்பரியமிக்க பள்ளி ஒன்று மூடப்பட்டு விட்டால், அந்தக் கறையை எப்படித் துடைத்தெடுப்பது? அது மூடப்படாமலிருக்க எவ்வளவு போராட முடியுமோ அவ்வளவு போராட வேண்டும்’ என்று உள்ளுக்குள் உறுதியேற்றாள். போராடுவதற்கே பிறந்த பிறப்பாகத் தன்னை வடிவமைத்துக்கொண்டு மனதிற்குள் ஒரு பெரிய வலிமையான சத்தியப்பிரமாணத்தை எடுத்துக்கொண்டாள்.

அவளோடு, தான் பதினைந்து ஆண்டுகள் ஓர் இடைநிலை ஆசிரியராக, பத்தாண்டுகள் தலைமை ஆசிரியராகப் பணியாற்றிய இந்தப் பள்ளி, தான் உயிருடன் இருக்கும்போது மூடப்படுவதைச் சகித்துக்கொள்ள முடியாது என்று, ஒரு மாடு தன்னை வளர்க்கும் விவசாயிக்கே அவன் நிலத்தில் ஆயுள் முழுவதும் உழுது கடமையாற்றுவதைப்போல், தானும் இருக்கப்போவதாக உறுதியேற்றிருக்கும் இராமசாமி வாத்தியார். ஓய்வு பெற்ற பின்பும் ஓய்வறியாமல் உழைத்துக்கொண்டிருக்கிறார். இதற்கு முன்பு இருந்த ஆசிரியர்களில் சிலர் இவர் காதுபடவே,

“இந்தக் கெழவனுக்கு வேற வேல இல்லையா?” என்றும்,

“ஆரு, அந்தக் கெழட்டு மூதேவியா?”

என்றும் பேசக் கேட்டிருக்கிறார். அதையெல்லாம் ஒரு பொருட்டாகவே எடுத்துக்கொள்ளாமல் பள்ளி நலனே முக்கியம் என்றிருக்கிறார்.

தலைமையாசிரியர், கவிதாவின் வருகைக்காகக் காத்திருந்தார். அவருக்கு கவிதாவைப் பார்க்கப் பரிதாபமாக இருந்தது. ‘பாவம்! இவள் வாழ்க்கையே பிரச்சனைகள் நிரம்பிய ஒரு அடர்வனமாக இருக்கிறது. இதில் புதிதாக இந்தப் பிரச்சனை வேறு? தனக்கு

வேலை போய், வேறு ஊருக்கு மாற்றி விடுவார்களோ என்று பயந்து போராடுபவளாகத் தெரியவில்லை. மாறாக, தான் செய்யும் தொழிலின்மீது பக்தியும் மரியாதையும் கொண்டதனால் இந்த முயற்சியை விடாமல் இருக்கிறாள்.

ஒருவேளை கவிதாவைப் போன்ற உணர்வு எல்லா ஆசிரியர்களிடமும் ஏற்பட்டுவிட்டால், ஆசிரியர்கள்மேல் வைக்கப்படுகின்ற அபாண்டமான குற்றச்சாட்டுகளுக்கு வேலை இல்லாமல் போய்விடுமோ?

ஆசிரியர்களை ஆசிரியர்களாகப் பார்க்கும் காலம் எப்பொழுது மீண்டெழும்?

ஐயா தன் இடது பக்க நெஞ்சின்மேல் கையை வைத்து சில நொடிகள் கண்களை மூடித் திறந்தார்.

இமைகள் ஈரமாயிருந்தன.

9

“ஓரெண்டே ரெண்டே

ஈரெண்டே நாலே

மூவிரெண் டாறே

நால்ரெண் டெட்டே

ஐரெண்டே பத்தே”

குழந்தைகளின் மழலைக் குரலில் வாய்ப்பாடு அழகு பெற்று விடுகிறது. இன்று வரையில் அரசுப் பள்ளிகளில், அரசு உதவி பெறும் பள்ளிகளில் காலை இறைவணக்கப் பாடலுக்கு முன்பாக இந்த அற்புத இசையை யாரும் கேட்காமல் இருக்க முடியாது. இது ஆங்கிலவழிக் கல்வியில் இருக்க முடியாது. ஆங்கில வழிக் கல்வியில் படித்தவர்கள் எப்படியோ தெரியாது. இன்றளவும் கிராமத்துப் பள்ளிகளில் படித்தவர்கள் அவசரத் தேவைகளுக்கான கணக்கு வழக்குகளைச் சரிசெய்வதற்கு, தங்கள் மனதினுள் அல்லது சத்தம் வராமல் வாய்க்குள்ளேயே...

“ஓரெண்டே ரெண்டே”

என்று மளமளவென வாய்ப்பாடு சொல்லி கணக்குகளைச் சுலபமாகச் சரிசெய்து விடுவார்கள். அரசுப் பள்ளி ஆசிரியர்கள் பல லட்சம் முறை இந்த ஒப்பித்தலைக் கேட்டிருந்தாலும் புதிதாய் வந்த குழந்தை தப்பும் தவறுமாக வாய்ப்பாடு சொல்ல, அந்தக் குழந்தை சரியாகச் சொல்லும்வரை அதைச் சரிசெய்து, அந்தக் குழந்தை வாய்ப்பாட்டைச் சரியாகச் சொல்லி முடிக்கவும் மனதில் ஒரு மகிழ்ச்சி தோன்றுமே... அதற்கு ஈடாக நாம் எதையும் சொல்லி விடமுடியாது. நன்றாகக் கூறிவிட்டால் சகமாணவர்களைக் கைதட்டச் சொல்லி உற்சாகமூட்டுவார்கள்.

கவிதாவும் அப்படித்தான்.

ஜானகி கொன்னையாக வாய்ப்பாடு சொல்லும் அழகே அழகுதான்.

“ஒத் தெந்தே தெந்தே

தெற்தெற்தே நாலே”

என்று கூறும்போது, சகமாணவர்கள் சிரிப்பார்கள். கவிதாவிற்கு சிரிப்பு வந்தாலும் அதை வெளிக்காட்டாமல் அடக்கிக்கொண்டு மீண்டும் மீண்டும் சொல்ல வைப்பாள்.

"ஏய்"... சூ... சின்னப்புள்ளதான... சொல்லச் சொல்ல சரியாகிடும்... நீ சொல்லுடி தங்கம்!"

மிஸ்! நா அஞ்சா வாய்ப்பாது சொல்தேன்" என்பாள் ஜானகி

"அஞ்சா வாய்ப்பாடா... நீயா சொல்லுடி சொல்லுடி ஏந்தங்கக்கட்டி!"

"ஓதஞ் ஐஞ்ஜே

தென்தஞ் பத்தே

மூவஞ் பாஞ்சே"

சொல்லச் சொல்ல கவிதாவிற்குச் சிரிப்பு அடக்க முடியாமல் வரும். சமாளித்துக்கொண்டு...

"சூப்பர்! செல்லத்துக்குக் கை தட்டுங்க."

மாணவர்கள் சத்தம் போட்டபடி கைகளைத்தட்ட... வெட்கத்தில் நெளிந்தபடியே போய் உட்காருவாள்.

இதேபோன்று தினமும் ஒரு மகிழச்சியான நிகழ்வு நடந்து கொண்டே இருக்கும்.

அந்தச் சூழலை மாற்றும் விதமாகக் கைப்பேசி ஒலித்தது.

"ஹலோ!"

"அக்கா! நான் பக்கத்து வீட்டு அருண் பேசுறேன்."

"சொல்லு அருண்!"

"அக்கா! தாத்தாவுக்குத் திடீர்னு உடம்புக்கு முடியல, நெஞ்சு வலிக்குதுன்னு சொன்னார். அதான் அவர GHக்கு கூட்டிட்டுப் போய்ட்டிருக்கேன்க்கா... நீங்க ஒடனே புறப்பட்டு வாங்க."

"ஐயோ!"

"அக்கா! நானும் அம்மாவும் இருக்கோம். நீங்க பதட்டப்படாம வாங்க. எல்லாத்தையும் நாங்க பாத்துக்கிறோம்."

"சரிப்பா! பாத்துக்குங்க, நான் வந்திர்றேன்."

உடனடியாக கவிதாவிற்கு என்ன செய்வதெனத் தெரியவில்லை. தலைமை ஆசிரியரைக் கைப்பேசியில் தொடர்புகொண்டாள்.

"சார்!"

"சொல்லுங்க டீச்சர்!"

கவிதா விசயத்தைச் சொல்ல...

"டீச்சர் எனக்கு HM மீட்டிங், ஒடனே யாரையும் மாத்திவிட முடியாது. நீங்க போன வையிங்க. நான் மறுபடியும் கூப்பிடுறேன். நான் பாத்துக்கிறேன்."

"ஓகே சார்."

'அப்பாவிற்கு ஏற்கெனவே ஒரு மைல்ட் அட்டாக் வந்திருக்கிறது. அது ஒன்றுமில்ல, தொடர் மனக்குழப்பத்தினால் ஏற்படும் சாதாரண வலிதான். மாத்திரைகளில் சரிசெய்துவிடலாம் என்று சொல்லிவிட்டார்கள். தன் வாழ்க்கையை நினைத்துக் கவலைப்பட்டே உடம்பை வருத்திக்கொண்டார் என்ற குற்ற உணர்ச்சி கவிதாவிற்கு, தன் கவலைகளே இல்லையென்றால், எவ்வளவு திடகாத்திரமான மனிதர். தன் மருமகன் வேறு ஒரு பெண்ணைத் திருமணம் முடித்துகொண்டார் எனக் கேள்விப்பட்ட மாத்திரத்தில் அவர் கொஞ்ச நாளில் இறந்து விட்டபின்பு அவரது திடகாத்திரம் வெடி வைத்த பாறையாய் சிதறுண்டு போனது. எப்படிப்பட்ட வாழ்க்கைக்குச் சொந்தக்காரர்.'

கவிதாவின் கண்கள் கண்ணீரை நிரப்பிக்கொண்டன. குழந்தைகள் பரிதாபமாய்ப் பார்த்து அவர்களுக்குள் அவர்களுக்குத் தோன்றிய செய்திகளைக் குசுகுசுவெனப் பேசிக்கொண்டார்கள். ஜானகி அழுதே விட்டாள்.

கவிதா மெதுவாக எழுந்து சென்று தலைமை ஆசிரியரின் அறைக்குள் அமர்ந்துகொண்டாள்.

கொஞ்சநேரத்தில் தலைமை ஆசிரியரிடம் இருந்து போன் வந்தது.

"சார்!"

"டீச்சர்! டோன்ட் ஒர்ரி, நம்ம சாருங்க ரெண்டு பேர இம்மிடியட்டா GHக்குப் போகச் சொல்லிட்டேன். இன்னும் பத்து நிமிசத்துல அவங்க GHக்குப் போயிருவாய்ங்க. நீங்க கவலப்படாதீங்க."

சொன்னபடியே ஆசிரியர்கள் இருவர் உடனடியாக மருத்துவமனைக்குச் சென்று எல்லாவற்றையும் பார்த்துக் கொண்டார்கள். பள்ளி முடிந்து கவிதா நேராக மருத்துவமனைக்குச் செல்ல, கவிதாவிற்கு முன்பாகவே நான்கைந்து ஆசிரியர்களும்

இரண்டு பெண் ஆசிரியர்களும் அங்கே இருந்தார்கள். தலைமை ஆசிரியர் சக ஆசிரியர்களை அறிமுகம் செய்து வைத்தார். கவிதா கண்கலங்கியபடி அவர்களுக்கு நன்றி சொல்ல...

"டீச்சர்! நீங்க ஒண்ணு, நமக்கு நாமே உதவி செய்யலன்னா யார் செய்வாங்க? ஒரு பிரச்சனையும் இல்ல, மன அழுத்தம்தான் காரணம்ன்னு டாக்டர் சொல்லிட்டாங்க. இப்ப அப்பாவ வீட்டுக்குக் கூட்டிட்டுப் போயிரலாம். மொதல்ல நீங்க போய் அவரப் பாருங்க."

ஆசிரியர் சங்கத்தின் ஆசிரியர்கள் பொறுப்புடன் நடந்து கொண்டார்கள். ஆசிரியர் கூட்டணியின் மாவட்ட மற்றும் வட்டாரப் பொறுப்பாளர்கள் அங்கே இருந்தார்கள்.

"டீச்சர் சங்கம்ங்கிறது, அரசாங்கத்துக்கு எதிரா ஆர்ப்பாட்டமும் போராட்டமும் நடத்துறதுக்காக மட்டுமில்ல, எல்லா சூழ்நிலையிலையும் ஆசிரியர்களோட பாதுகாப்ப உறுதிப்படுத்துறதுக்கும்தான். நீங்க எங்க சங்க உறுப்பினர்கூடக் கிடையாது. ஆனாலும் நாங்க இதச் செய்வோம். மாற்றுச் சங்க உறுப்பினரா இருந்தாலுங்கூட நாங்க உதவின்னு கேட்டா செய்வோம். நீங்க போயி அப்பாவப் பாருங்க"

மாவட்டச்செயலாளர் கூற... உள்ளே சென்றாள்.

உள்ளே...

அப்பாவின் கண்கள் கவிதாவைப் பார்த்ததும் கலங்கிவிட்டன.

"என்னாலதான் ஒனக்கு பெரிய இம்ச."

"புள்ளகள எப்பிடிப் பாத்திருப்ப... இப்ப நான் உன்னயப் பாத்துக்கிறேன்."

"பக்கத்து வீட்டுப் பையனும் அவங்க அம்மாவும் நல்ல ஒதவி செஞ்சாங்கம்மா! உங்க சாருங்க, அவங்க வந்ததுக்கப்புறந்தான் வேகவேகமா வேல நடந்தது."

"ஏம்பா! இப்புடி மனசப் போட்டுக் குழப்பிக்கிற?"

உன்னோட பள்ளிக்கூடப் பிரச்சனையைப் பத்தி யோசனையிலயே இருந்தேனா? மாத்தர போடாம விட்டுட்டேன். அதாம்போல."

"அப்பா! அத நான் பாத்துக்கிறேன். பிரச்சனைங்கிறது எனக்குப் புதுசா என்ன? பிரச்சன எதுவும் இல்லன்னாதான் எனக்குப் பிரச்சனையே"

அப்போது நர்ஸ் உள்ளே வந்தார்.

“இப்போ எப்பிடி இருக்கு? இப்ப வீட்டுக்குப் போறீங்களா? இல்ல, ரெண்டு நாள் இருந்துட்டுப் போறீங்களா?”

“தேங்ஸ் சிஸ்டர்! நான் வீட்டுக்குக் கூட்டிட்டுப் போறேன்.”

“மாத்திர மருந்த தொடர்ந்து எடுக்கச் சொல்லுங்க... அப்பா! நீங்களே மாத்திரைய போட்டுக்கணும் சரியா?”

“சரிம்மா!”

“ஓகே, நீங்க கூப்பிட்டுப் போங்க.”

எவ்வளவு கனிவு, இப்பிடி நர்ஸ்கள் எல்லாம் டாக்டர்கள் எல்லாம் இருந்துவிட்டால் வியாதிக்கு மருந்துகளே தேவையில்லையே.

“மெதுவா எழுந்திருப்பா”

அவர் எழுந்து நின்று வேட்டியைச் சரிசெய்தபடி நிற்க

“புடிச்சிக்கப்பா”

“இல்லம்மா நல்லா இருக்கு, நானே வர்றேன்”

அவரே நடந்தார். அறையை விட்டு வெளியே வந்தார்கள்.

தலைமை ஆசிரியரும் மற்றோர் ஆசிரியரும் மட்டும் இருந்தார்கள்.

கவிதாவின் அப்பா கையெடுத்துக் கும்பிட,

“ஐயா, உங்க புள்ளயா இருந்தா செய்ய மாட்டாங்களா அது மாதிரி நெனச்சுக்குங்க. டீச்சர், இவர் ராஜேஷ். இவர் நம்ம யூனியன்தான் சார் கார்ல வந்திருக்கார். நீங்க ரெண்டு பேரும் இவர் கூடப் போயிருங்க”

“இல்ல சார் அவருக்கு எதுக்குச் செரமம். நாங்க டாக்ஸி எதுனா ஏற்பாடு செஞ்சிக்கிறோம்.”

“டீச்சர் இவர் பழனிசெட்டிபட்டியிலதான் இருக்கார். இப்ப இவங்க மனைவி ஊருக்குப் போறார் போறப்ப உங்கள உங்க வீட்டுல டிராப் பண்ணிட்டுப் போயிடுவார். சங்கடப்படாதீங்க டீச்சர்.”

மறுக்கத் தோன்றவில்லை. இருவரும் காரில் ஏறி அமர, தலைமை ஆசிரியர் விடைபெற்றார். கார் மெதுவாக நகர்ந்து மருத்துவமனையை விட்டு வெளியேறி தேனி மதுரை சாலையில் பயணித்தது. ஒவ்வொருவரும் வாழ்நாளில் எத்தனை மனிதர்களைச் சந்திக்கிறோம். உரிமையுள்ள மனிதர்கள் நம் நம்பிக்கையைச் சிதறடிப்பதும் கொஞ்சமும் உரிமையற்ற மனிதர்கள் நம்பிக்கைக்குரியவர்களாகி விடுவதும் கால ஓட்டத்தில் நிகழ்ந்த வண்ணம் இருக்கின்றன. இருக்கும் இடாப்பாடுகளில் எனக்குப் புதிதாய் இப்பிடி ஓர் இடர்ப்பாடு நேர்ந்திருக்க வேண்டாம்தான். காற்று சூழ்ந்துள்ளது போலவே இடர்பாடுகள் சூழ்ந்திருக்கையில் அதைப் பழகிக் கொள்ள வேண்டுமே தவிர, அதை விடுத்து அதைத் தோளில் சுமக்கக் கூடாது.

வெள்ளி முளைத்த வானம் இருட்டுச் சாயம் பூசிக் கொண்டது. கட்டிடங்கள் மின்சார வெளிச்சங்களை உமிழத் துவங்கி விட்டன. ஒளியையும் ஒலியையும் சிதறடித்தபடி வாகனங்கள் கடந்தும் முந்தியும் செல்கின்றன. இரவும்பகலும் யார் கட்டுப்பாட்டிலும் இல்லை. நாளும் இருண்டு விடும் அது எப்படியும் விடிந்து விடும்.

நம்பிக்கை இல்லையென்றால் எல்லாவற்றையும் சகித்து எல்லோரோடும் வாழ்ந்து விட முடியாது. சூரியன் ஒளி கொண்டு பிரவாகம் எடுக்கையில் நட்சத்திரங்கள் தன் இயல்பை மாற்றிக் கொள்வதைப்போல் மீண்டும் சூரிய மறைவிற்குப்பின் அவை நம்பிக்கையுடன் வெளிப்படுவதும் அதை மின்மினிப் பூச்சிகள் கொண்டாடுவதும் இருட்டை சமாதானப்படுத்த நிலா துணைக்கு வருவதைப்போல் ஏதாவது ஒன்று நிகழ்ந்த வண்ணமே இருக்கிறது. ஒவ்வொரு நாளும்.

10

பாப்பா மடியில் படுத்திருந்தாள். கவிதா சுவற்றில் சாய்ந்து பாப்பா தூங்குவதற்கு ஏதுவாகக் காலை நீட்டியிருந்தாள்.

"நான் செத்துப்போயிருவேன் போலிருக்கும்மா"

தன் தந்தை நம்பிக்கையற்றுப் பேசுவது இயல்பு என்றாகி விட்டாலும், நம்பிக்கை இழப்பின் கடைசி வார்த்தை. கவிதாவை உள்ளுக்குள் கலங்கடித்து விட்டது. எதற்கும் கலங்காத ஒரு மனிதர். சாலையில் நடக்கும் போது ஒரு விபத்து நடந்து இரத்தம் வழியக் கிடக்கும் ஒருவனை ஒரு நொடி பார்த்துவிட்டு மிகச் சாதாரணமாகக் கடந்து செல்லும் ஒரு நபர் தன் மகளின்மீது விழுந்த ஒவ்வோர் அடிக்கும் பின்னால் கொஞ்சங்கொஞ்சமாக தன் உறுதியில் உழன்று கீரல் விழுந்த காங்க்ரீட் தூணாய் ஆகிப்போனார்.

அப்பா தன் கண்களில் வழியும் கண்ணீரைத் துடைப்பதற்கும் திராணியற்று அமர்ந்திருந்தார்.

பாப்பாவைத் தூக்கிப் படுக்கையில் கிடத்தி விட்டு அப்பாவின் அருகில் சென்று கண்ணீரைத் துடைத்து விட்டு அவர் நிமிர்ந்து உட்கார வாகாய்த் தலையணையை வைத்துவிட்டு

"எனக்கு ஏதாச்சும் ஆகிட்டா உன்னோட கதி" விம்மினார்

நெஞ்சில் கைவைத்து ஆசுவாசப் படுத்தினாள்.

"ஏம்பா எல்லாரும் ஒன்னாவா பொறந்தோம்? நீங்க பொறந்து பதினஞ்சு வருசத்துக்கு அப்புறம் அம்மா பொறந்திருக்கா, 20 வருசத்துக்கு அப்புறம் அண்ணன், அவனுக்கு அஞ்சு வயசு ஆகுறப்ப நான். அம்மா போய் சேந்துட்டா. அண்ணன் இருந்தும் போய்ச் சேர்ந்த மாதிரிதான். நம்மல்ல யாருக்கு எப்ப எது நடக்கும்னு யாருக்குத் தெரியும்?. ஒன்னு சொல்லவா?, எனக்கு கடவுள் நம்பிக்க மொத்தமா அத்துப்போச்சு. கொஞ்சநஞ்ச நம்பிக்கையோட கடவுள்ட்ட என்ன வேண்டிகிறேன் தெரியுமா? நான் நல்லா இருக்குறப்பவே ஒனக்கு எதுனா ஆகிடணும்."

கவிதா இந்த வார்த்தையை முழுவதும் சொல்ல முடியாமல் தவித்தாள்.

“உனக்கு முன்னாடி எனக்கு எதுனா நடந்துட்டா நீ அனாதப் பொணமா கெடப்பியே”

கவிதாவால் மேலே பேச முடியவில்லை.

“ஐயோ, ஐயோ ஏம்மா இப்பிடியெல்லாம் பேசுற” அழுதுவிட்டார்.

முந்தானையில் கண்களைத் துடைத்துக்கொண்டே சமையலறைக்குச் சென்று ஒரு தட்டில் சாப்பாடுடன் வந்தாள்.

“இந்த மாதிரி நேரத்துல நான் எப்படி இருக்கணும்னு நீதாம்பா வழிகாட்டணும், நான் என்னோட வாழ்க்கைல நெறைய போராட வேண்டி இருக்கு, அது பெரிய சுமைதான்”.

”இந்தப் பள்ளிக்கூடம் பிள்ளைக இதெல்லாம் ஒண்ணுமே இல்லப்பா, இந்த விசயத்துல நான் மனசாட்சியக் கழட்டி வச்சிட்டா, கொஞ்நாள்ல பள்ளிக்கூடத்த மூடவச்சிட்டு சந்தோசமா வேற ஸ்கூலுக்குப் போயிடலாம். சம்பளத்துல ஒரு நையா பைசா கொறையாது. ஆனா அது நடக்கக் கூடாதுன்னு என் மனசாட்சி சொல்றதக் கேக்குறேன். அதான் கொஞ்சம் கஷ்டம். மனசாட்சி சொல்றதக் கேட்கப் பழகிட்டா கஷ்டப்பட்டுத்தான ஆகணும். இந்தாப்பா சாப்பிடு.”

அவர் வாகாய் அமர்ந்து கொஞ்சங் கொஞ்சமாக சாப்பிடத் துவங்கினார். மீண்டும் கவிதாவைப் பார்த்து விசும்பினார்.

“அப்பா, நான் உம் பொண்ணுப்பா எந்தக் கஷ்டம் வந்தாலும் போராடி ஜெயிப்பேன். நிம்மதியாச் சாப்பிடுப்பா, நீ சொமைன்னு எறக்கியெல்லாம் வைக்க மாட்டேன். உன்னயும் சேத்துச் சுமப்பேன் கவலப்படாத”

கவிதாவின் வாழ்க்கையில் நம்பிக்கை என்ற வார்த்தை மிகவும் நம்பிக்கையாக உள்ளது. அது நம்பிக்கையோடு கவிதாவை கையைப்பிடித்து இழுத்துச் செல்கிறது.

அவர் சாப்பிட்டு முடிக்க, தட்டில் கையைக் கழுவ வைத்து, வாயைத் துடைத்து விட்டு மாத்திரை, டானிக் எல்லாம் கொடுத்துவிட்டு

“கொஞ்சநேரம் உட்கார்ந்துட்டுப் படுப்பா”

“சரிம்மா”

சிம்னி லைட்டைப் போட்டுவிட்டு, தன் அறைக்கு வந்தாள்.

அறையின் லைட்டை அணைத்துவிட்டு வந்து படுக்கையில் சாய்ந்தாள்.

கவிதாவின் மனதிற்கு எதிரே மிக நீண்ட தூரம் வெறுமையாக இருந்தது. மனதிற்கு எட்டிய தூரம் வரை எதிரே யாருமில்லை.

படுக்கையில் வரும் சிந்தனையை நாம் எம்முறையில் வரையறை செய்வது? திடீரென பாலியத்திற்குச் செல்லும், அங்கிருந்து இளமைக்குத் தாவும், இன்று நடக்கும் சம்பவங்களோடு பழைய வாழ்க்கையைப் பொருத்திப் பார்க்கும் இரண்டுக்குமான, ஒற்றுமை வேற்றுமைகளை விலகி நின்று வேடிக்கை பார்க்கும். சில செய்கைகளை நினைத்துத் தலையில் அடித்துக்கொள்ளும். ஏமாற்றமடைந்த சம்பவங்களின்மீதும் அதை நிகழ்த்தியவர்மீது கோபம் காட்டும். சில நேரங்களில் பழி வாங்கும் எண்ணம்கூட தலைதூக்கும். பின் அதுவாகவே ஆசுவாசப்பட்டு மன்னித்து விடு என்று கட்டளையிடும். ‘போகட்டும் விடு’ எனச் சமாதானப்படுத்தும். பின்னொரு முறை இதேபோல் நிகழ்ந்தால் இப்போது எடுத்த முடிவிற்கு நேர் மாறான ஒரு முடிவை எடு என எச்சரிக்கும். அதுவும் சில நொடிகளில் மாறிவிடும்.

கவிதாவிற்கு உறக்கம் என்ற ஆபத்பாந்தவன் வந்து அணைத்துக் கொள்ளும் வரை பல்வேறு சிந்தனைகள் பாடாய்ப்படுத்தும், இன்று தன் அப்பாவின் நிலை அதையொட்டிய எண்ண ஓட்டத்தையே கொண்டிருக்கிறது.

அப்போது கவிதா பன்னிரண்டாம் வகுப்பு படித்துக் கொண்டிருக்கிறாள். பக்கத்து ஊர் அரசு மேல்நிலைப் பள்ளியில் தான் படித்தாள். கவிதா வயதில் அந்த வயதிற்கான பூரிப்புடனே, கறுப்பும் இல்லாமல் சிவப்பும் இல்லாமல் ஒரு பொது நிறம் என்பார்களே, அப்படி அதற்குரிய லட்சணத்துடன் இருப்பாள். அவளது பள்ளியில் கணித ஆசிரியராக ஒருவன் வேலைக்கு வந்தான். அவன் அப்போதுதான் கல்லூரிப் படிப்பை முடித்துவிட்டு வந்தான். கவிதாவைப் பார்ததும் அந்த வயதிற்கே உரிய உணர்வுகள் அவனுக்குள்ளே ஊற்றெடுக்கின்றன.

பார்ப்பதும் சிரிப்பதும் வழிந்து பேசுவதும் வழிந்து சிரிப்பதும் என கூடுதல் அக்கறை கொண்டவனாக, கொஞ்சங் கொஞ்சமாக அருகில் வந்து தொட்டு நிற்பவனாக தேவையில்லாமல்

ஏற்பட்டுள்ள மாற்றத்தை உணர்ந்த கவிதா, ‘அப்பாவிடம் சொல்லி விடுவது உத்தமம்’ என்று நினைத்தவள் அன்றே சொல்லியும் விட்டாள்.

அவர் மகள் எது சொன்னாலும் அப்படியே கேட்டு விடுபவரல்லர், பொறுமையைக் கடைபிடிப்பவர். அவன், கவிதா பள்ளிக்கு நடந்து வரும் அந்த ஓடைக் கட்டாப்பில் சைக்கிளில் வந்து மறித்துப் பேசும் அளவிற்கு முன்னேறி வந்தபின் அதையும் தன் தந்தையிடம் கூறினாள். அவர், ‘அதை நான் பார்த்துக் கொள்கிறேன்’ என்றார். சனி ஞாயிறு விடுமுறைக்குப்பின் திங்கள் அன்று அதே போன்று ஓடைக் கட்டாப்பில் மறித்து நிற்க... எதிர் திசையில் அப்பா எங்கோ காத்துக் கிடந்திருப்பார்போல அருகில் வந்து சைக்கிளைப் பிடித்துக்கொண்டு கவிதாவையும் தோழியையும் அனுப்பிவிட்டு சைக்கிளை அலாக்காகத் தூக்கி 20 அடி பள்ளமாக இருக்கும் தோட்டத்திற்குள்ளும், அதே போன்று 25 அடி பள்ளமாக இருக்கும் ஓடைக்குள் அவனையும் போட்டுவிட்டு...

“கல்யாணம் பண்ணி ஆறு மாசந்தே ஆகுது... பொண்டாட்டி முழுகாம இருக்கா. ராஸ்கல்! பேசாம வேற எதுனா வேலைக்கிப் போயிரு. வாத்தியார் வேல இனிமே ஒங்கனவுலகூட வரக்கூடாது, பிச்சுப்புடுவேன். ஓடிப்போயிரு” என்று கூறிவிட்டு எதிர்த்திசையில் நடந்து பள்ளித் தலைமை ஆசிரியரைப் பார்க்கச் சென்றுவிட்டார்.

தான் அவனைப் பற்றிக் கூறியதும் திடீரென உணர்ச்சிவசப்படாமல், அவனைப்பற்றிய முழு தகவல்களை விசாரித்து, காதல் என்ற பெயரில் அவன் செய்த பித்தலாட்டத்தைத் தெரிந்துகொண்டு, அவனைத் தண்டித்த விதம் அது ஒன்று போதும் தன் அப்பா யார் என்று சொல்ல... அப்படிப்பட்ட உறுதியான ஒரு நபர் இன்று ஒரு கோழையின் மன நிலையுடன் இருப்பது கவிதாவிற்கு மன பாரத்தை மேலும் கூட்டிவிட்டது.

11

கவிதா காலையில் எழுந்தபோதே அப்பா எழுந்து விட்டிருந்தார். வெளியே வந்து பார்க்க... வரண்டாவில் சேர் போட்டு அமர்ந்திருந்தார். அதிகாலையிலேயே எழுந்து அமர்ந்திருந்தது. பெரிய ஆறுதலான விசயமாக இருந்தது.

கவிதா எழுந்து வருவதைப்பார்த்து...

"பால் வாங்கி வச்சிட்டேம்மா!"

"ஏம்பா! நீ, பேசாம தூங்க வேண்டியதான?"

"அடப் போம்மா! நான் காலைல நாலு மணிக்கப்புறம் எப்ப ஒறங்கிருக்கேன். அதுல்லாம, படுத்துக்கெடந்தா படுக்க, நமக்குப் படுக்க ஆள் சிக்கிட்டான்னு அப்பிடியே படுக்க வச்சிப்புடும்."

"அதேன பாத்தேன், நீயாவது மொடங்குறதாவது?"

என்று கூறிக்கொண்டே சென்று வெளியில் பார்க்க... அவரே கூட்டி சுத்தம் செய்ததை உள்ளுக்குள் சிரித்துக்கொண்டே கோலம் போட்டுக்கொண்டிருந்தவளுக்கு, போன் அடிக்கும் சத்தம் கேட்க... அப்படியே வைத்துவிட்டு ஓடி வந்து போனை எடுக்க எதிர்முனையில் தலைமை ஆசிரியர்.

"வணக்கம் சார்!"

"வணக்கம் டீச்சர்! இப்ப அப்பாவுக்கு எப்பிடியிருக்கு?"

"சார், அவர் நார்மல் ஆகிட்டார். ஒரு பிரச்சனையும் இல்ல."

"ஓகே, ஓகே. இல்ல. நீங்க லீவுன்னா யாரையாச்சும் டெப்டேசன் போடச் சொல்லணும்., இன்னக்கி HM மீட்டிங் இருக்கு."

"இல்ல சார்! நான் ஸ்கூலுக்கு வந்திர்றேன்."

"அப்ப ஒண்ணு செய்யிங்க, எனக்கு கொஞ்சம் ரைட்டிங் வொர்க் இருக்கு. நீங்க மீட்டிங் அட்டன்ட் பண்ணிட்டு நேரா மதியம் வீட்டுக்குப் போயிருங்க."

"சார்! எனக்கு யாரையும் தெரியாது."

“அடப் போங்க, போய் அறிமுகமாகுங்க. நான் BEOகிட்ட பேசுறேன்.”

“சரிங்க சார்!” எத்தன மணிக்கு சார்”

“10 மணிக்கு அங்க இருக்கணும்”

“சரிங்க சார்” போனை கட்செய்து விட்டார்.

கவிதாவிற்குப் படபடப்பு தொற்றிக்கொண்டது. தான் வேலைக்குச் சேர்ந்த இந்த ஐந்து வருடங்களில் முதன்முறையாக தலைமையாசிரியர் கூட்டத்திற்குச் செல்கிறாள். தலைமைகள் ஏனோ தமது உதவி ஆசிரியர்களை கூட்டத்திற்கு அனுப்புவதில்லை. அதிகாரிகளும் ஏனோ உதவி ஆசிரியர்கள், தலைமை ஆசிரியர்கள் கூட்டத்திற்கு வருவதை விரும்புவதில்லை.

கூட்டத்திற்குச் சரியாக ஒன்பது முப்பது மணிக்கெல்லாம் சென்றுவிட்டாள். கவிதாதான் முதலில் சென்றாள். ஒவ்வோர் ஆசிரியராக வந்தார்கள். சிலர் வலிய வந்து எந்தப் பள்ளி, எந்த ஊர் என கேட்டுக்கொண்டார்கள். கவிதாவிற்குப் பெரிய ஆச்சர்யம் தன்னுடன் சென்னை ஔவை ஹோம் ஆசிரியர் பயிற்சிப்பள்ளியில் படித்த கனகவள்ளி வந்ததும் கவிதாவைப் பார்த்து, இரண்டொரு நொடி அடையாளம் தெரியாமல் பின் அடையாளம் தெரிந்துகொண்டு ஓடிவந்து அருகில் நிற்க.. கவிதா, ஆச்சர்யத்தில் எழுந்து நின்று இருவரும் கட்டிப் பிடித்துக் கொண்டார்கள்.

“ஏய் கவி! பாத்து எத்தன வருசமாச்சு.” அருகில் இருந்த பாரதி

“கனகு ஆரு?”

“எங்கூட ஔவை ஹோம்ல ஒன்னாப் படிச்சவ கவிதா!”

“ம், அப்பிடியா?”

“கவி மீட்டிங் முடிஞ்சு பேசலாம். ஐயோ, ஐயோ... நெனச்சுக் கூடப் பாக்கலடி! ஒக்காரு. ஒக்காரு. நீதானா அந்த வெளங்காத வெள்ளத்தேவம்பட்டிக்குப் புதுசா வந்தவ?”

“ஆமா, ஆமா.”

“சரி, வந்தாச்சல்ல... பாத்துக்குவம்.”

கூட்டத்திற்கு ஒவ்வொருவராக வந்தார்கள். ஒவ்வொரு தலைமை ஆசிரியரையும் காட்டி அவாகள் பெயர், அவர்கள்

குணாதிசயங்களையும் எடுத்து விவரமாக கனகா கூற, கனகா இப்பவும் மாறாமல் இருப்பதைக்கண்டு ஆச்சர்யப்பட்டாள்.

"ஆத்தா பேரு சாரதா! கழுத்தப் பாத்தியல்ல? முப்பது பவுன் தேறும். வீட்டுக்காரே பி.டபில்யூ இஞ்சினீரு. இப்பிடி அப்பிடி கையில, அப்புறம் கவுட்டுலன்னு வாங்கி குமுச்சி வச்சிருக்கான். அம்மா டைவர் போட்டு காருலதே வந்து எறங்கும். என்னயப் பாரு, புருசே ஆசப்பட்டான்டு வீட்டக்கட்டி, இருக்குறதக் கொண்டுபோயி பேங்குல வச்சிப்புட்டு கல்யாணி கவரிங்கப் போட்டுட்டுத் திரியறேன்."

ஒவ்வொருவராக வர வர... அப்டுடேட் ஒவ்வொன்றாகக் கனகா புட்டுப்புட்டு வைத்தாள். யாரும் ரகசியமானவர் இல்லை என்பதாய்த் தோன்றியது. நாம் செய்யும் செயல்கள் யாருக்கும் தெரியாது என்று நினைப்பது மூடநம்பிக்கை என்று கவிதாவிற்குத் தோன்றியது. யாதொன்றும் யார் மூலமாகவேணும் குளத்து நீரில் சொட்டுகளாக விடப்படும் எண்ணெய்த் துளி குளம் முழுவதும் பரவி விடுவதைப்போல், செய்திகளும் பரவி விடும். கனகாவிற்கு இது ஒரு விடமுடியாத பழக்கம். அவளால் மற்றவர்களைப் பற்றிய செய்திகளைச் சேகரிக்கும் வேலையை விடமுடியாது என்பது கவிதாவிற்குத் தெரிந்தது.

"சரி, அதவிடு. இன்னக்கி என்னடி மீட்டிங்?"

"அட, நம்ம எம்மிஸ்!"

"அதென்னடி நம்ம எம்மிஸ்?"

"பெறகு, எனக்கெல்லாம் இந்த எம்மீஸ் தாலி கட்டாத புருசே மாதிரி. அதுகூட ஒத்துப் போகவும் முடியல, ஒத்துவரலைன்னு வெட்டி விடவும் முடியல. ஒரே இம்சப்பா, குடிகாரப்பய கிறுக்கனா இருந்தா எப்பிடி இருப்பான்? அப்பிடில்ல இருக்கு இந்த எம்மீசு" (EMS- பள்ளித் தகவல்களை முழுவதும் பதிவேற்றம் செய்யும் ஒரு APP. இஃது அரசாங்கத்தின் கட்டுப்பாட்டில் உள்ளது.)

"அதான், எல்லாமே ஏத்தியாச்சே"

"க்கும், அதுல புதுச் சரக்கு வந்திருக்காம். ச்சே! அதுல என்னமோ புது ஆப்பு வந்திருக்காம். அத வச்சே இன்னக்கி மீட்டிங்கல புதுசா வக்கப்போறாய்ங்க நமக்கு ஆப்பு. இத வச்சே இவங்க மீட்டிங், மீட்டிங்கா போட, ஊருக்குகாரய்ங்க, இவளுக

பள்ளிக்கூடத்துக்கு வர்றதும் வந்ததும் பஸ்லேறி கெளம்பீர்வாங்கண்டு ஊருக்கு ஊரு, வெட்டியா பஸ்டாண்டுல ஒக்காந்து தாயம் வௌாடுறாய்ங்கல்ல அவிய்ங்க நம்ம காதுபடவே பேசுறாய்ங்க".

டவர் முழுசா கெடக்கிற, FM ரேடியோமாதிரி பேசிக் கொண்டேயிருந்தாள். கனகா மாறவேயில்ல, இதிலும் வயதிற்கு ஏற்ற முதிர்ச்சி வந்திருக்கிறது.

அப்போது யாரோ வரும் சத்தம் கேட்டது.

"வந்திருச்சில்ல, பெரியாம்பள! பவுடரப் பாத்தியல்ல, சும்மா பளபளண்டு.." கவி! இவரு இன்னக்கிப் பேசுறது என்னன்னு கேட்டுட்டு தெளிவா எங்கிட்ட சொல்லிட்டா நான் சாயந்தரம் பிரியாணி வாங்கித்தர்றேன் " நம்ம BEO லீவு. இவரு இன்சார்ஜாம்."

வந்து அமர்ந்து ஒரு டைரியை அதிகாரி திறந்தார்.

"தலைமை ஆசிரியர் பெருமக்களே!"

"இது வரைக்கும் ஓகே, இனிமேதாண்டி விசயமே இருக்கு!"

"இதப்பத்தி நாம ஊருப்பட்ட இதப் போட்டுட்டோம். ஏற்கெனவே இருந்த இத வச்சி எல்லாருக்கும் நாம பல இதப் போட்டுட்டோம். இருந்தாலும் நம்மள்ல பல ஸ்கூல் இதப் பண்ணி முடிக்கவே இல்ல. இது இல்லாம நமக்கு இனிமே எதுவும் செய்யமுடியாதுன்னு டைரக்டர் இதப்போட்டு கண்டமேனிக்கிப் பேசுறாரு. இத எதுக்கு நீங்க எல்லாம இது பண்ணி முடிக்காம இருக்கீங்கன்டு தெரியல? கேட்டா, எனக்கு இது கெடக்கல, சுத்திக்கிட்டே இருக்குன்னு சொல்றீங்க. அதனால இதுக்கு ஒரு முடிவு கட்டணும்னுதே அரசாங்கம் இதுக்கு. ஒரு புது இதக் கொண்டுவந்திருக்கு, இத விரிவா நம்ம சூசை சாரு சொல்லுவாரு."

கனகா, கவிதாவை அல்லையில இடித்து, "எப்பிடி?" எனக் கேட்க.

கவிதா உதட்டைப் பிதுக்கினாள்.

"அப்ப, மரியாதையா, நீ பிரியாணி வாங்கித்தா. பாத்தியல்ல, மாட்டிக்கிட்டு எப்பிடி சீரழியிறோம்ன்னு? இதோட முடிஞ்சிருச்சின்னு நெனச்சியா? சூசை ஆரம்பிக்கட்டுமே, நல்ல வெங்காய ஊத்தப்பம்மாதிரி."

"வணக்கம் டீச்சர்ஸ் டீச்சர்ஸ்! நம்ம ஒன்றியத்துல அரசு மற்றும் அரசு உதவி பெறும் பள்ளிகளில் 12,343 ஸ்டூடண்ட்ஸ் படிக்கிறாங்க, அப்டூ 8 வரைக்கும். ஆனா நாம இது வரைக்கும் 3,842 பேர மட்டும் தான் எம்மீஸ்ல ஏத்தி வச்சிருக்கோம். மத்த ஸ்டூடண்ட்ஸ் எம்மீஸ்ல ரிஜக்ட் ஆகிருக்காங்க, காமன் போல்ல மட்டும் 295 ஸ்டூடண்ட் இருக்காங்க. ஸ்கூல விட்டு வெளியேறுன 495 பேர காமன்போலுக்கே கொண்டுவரல, இது வரைக்கும் 35 பேர் அதர் டிஸ்டிரிகட்லர்ந்து வந்திருக்காங்க. அவங்களுக்கு எம்மிஸ் நம்பர் எப்பிடி வாங்குறது? அதுக்காக நாமலே காமன்போலுக்கு கொண்டுவர்றர் மாதிரி ஒரு ஆப் லாஞ்ச் பண்ணிருக்காங்க. அத எப்பிடி டௌன்லோடு செஞ்சி உள்ள போறதுன்னு இப்பப் பாக்கலாம்."

"எப்புடி விஜய்காந்த படம் பார்த்தமாதிரி இருக்கா, ஆமா, வெளத்தேவம்பட்டியில எத்தன?"

கவிதா நான்கு விரலைக் காட்டினாள்.

"ரெண்டு பேருக்கு எம்மிஸ் நம்பரு வரல."

"எனக்கு ஒம்போது, இதத்தான்டி மூணு வருசமா ஏத்திக்கிருக்கோம். பாரு, எந்த லச்சணத்துல ஓடுதுன்னு?"

கவிதாவிற்கு நம்பிக்கை வந்தது. அது அசட்டு நம்பிக்கைதான் என்றாலும், சற்று தெம்பு வந்ததைப்போல் உணர்ந்தாள். அது ஒரு கேவலமான தெம்புதான் என்றாலும் அவளுக்கு அப்போதைக்குத் தேவைப்பட்டது. இது நீடிப்பதில் உத்திரவாதம் இல்லை என்றாலும் இப்போதைக்கு மிகவும் தேவையாய் இருந்தது. கனகாவின் நட்பின் புது வடிவம் பெரிய ஆறுதலாக இருந்தது. எதையும் சந்திக்கலாம் என்ற முடிவோடு கூட்டம் முடிந்து வெளியே வந்தாள்.

12

"பள்ளி என்பது பிடித்துப்போய்விட்டால் சிலருக்குப் பூங்கா மாதிரி, சிலருக்கு கோயில் மாதிரி. சிலருக்கு அதுவே ஜெயில் மாதிரி தெரியும். 12 வருடப் பூங்கா வாழ்க்கை, 12 வருடக் கோவில் வாழ்க்கை, 12 வருட ஜெயில் வாழ்க்கை என வாழ்ந்துவிட்டு வரும் சகலரையும் ஒரே களத்தில் நிற்க வைக்கிறது காலம். அதன் பின்பான வாழ்க்கையில் பூங்காவிலும் கோவிலிலும் இருந்து வந்தவர்கள் ஜெயில் வாழ்க்கைக்கும், ஜெயில் என வாழ்ந்துவிட்டு வந்தவர்கள் பூங்கா வாழ்க்கைக்கும்கூடத் தள்ளப்படலாம். நம் வகுப்பறைகள் வாழ்க்கையைக் கற்றுத் தருவதற்குப் பதிலாக சம்பந்தமே இல்லாத பலரால் கட்டமைக்கப்பட்ட பாடங்களையே கற்றுத் தருகிறது."

வகுப்பறையில் அமர்ந்து கவிதா, ஜானகிக்குச் சொல்லிக் கொடுத்துக் கொண்டிருந்தாள்.

"என்ன ஜானு! எழுத்துதான முக்கியம்? எழுத்த நல்லா எழுதப் படிச்சிட்டீன்னு வச்சிக்கோ, ஒனக்கு தன்னால படிக்க வந்திடும்."

"மிஸ்! எழுத்து என்னன்னு படிக்காம எப்படி மிஸ் எழுதுறது?" வயதுக்கு மீறிய ஜானகியின் பேச்சு சிரிப்பை வரவழைத்தாலும் கவிதாவிற்கு ஜானகியின்மேல் சிறிய சந்தேகம் எழத் துவங்கியது.

"ம்... சரி நான் எப்பிடி எழுதச் சொல்லிக் குடுக்குறேனோ, அதே மாதிரி எழுது."

"மிஸ்! எங்கம்மா நேத்து சீட்டு ஏலத்துக்குப் போயிட்டாங்களா, நாந்தே மிஸ் பாத்திரம் தேச்சேன். ஊருப்பட்ட பாத்தரம் மிஸ். வெரலெல்லாம் வலிக்குது மிஸ்!"

கவிதாவிற்குச் சந்தேகம் வலுத்தது, இந்தக் குழந்தைகளின் செயல்கள் வயதுக்கு மீறியதாக இருப்பது நகைப்பை வரவழைத்தாலும், கவலைகொள்ளச் செய்வதாகவே இருந்தது.

"இந்தா புள்ள? வட்டியில போட்டு அவுக்கு அவுக்குன்னு திங்கிறப்ப வலிக்கலையோ? மிஸ்! இந்தப் புள்ள இதுக்கு முன்னாடி இருந்த மிஸ்சுகிட்ட இப்பிடியே பேசிப் பேசித்தேன் மிஸ் கடைசில அந்தா, அந்த மூலைல ஒக்கார வச்சிப்புட்டாங்க."

ஐஸ்வர்யா கோபமாக அதே சமயம் வேகமாகச் சொல்லி முடிக்க, தலையைக் கவிழ்ந்த வண்ணம் இருந்த ஜானகி கண்முழியை மட்டும் தூக்கி கவிதாவைப் பார்த்தாள்.

“ஓ! அப்பிடிப் போகுதா கத? சரி, நான் என்ன எழுத்துன்னு சொல்லிக் குடுக்குறேன், அத எழுது.”

மீண்டும் ஐஸ்வர்யா குறுக்கிட்டு.

“மிஸ் நீங்க ஏமாறப் போறீங்க.”

“எதுக்கு?”

ஜானகியையும், ஐஸ்வர்யாவையும் மாறி மாறிப் பார்க்க...

“நீங்க ஒரு எழுத்த சொல்லிக் குடுக்குறீங்கன்னு வையிங்க, இந்தப் பிள்ள எதுக்கு அந்த எழுத்த அப்டியே வேணுக்குன்னே மாத்தி சொல்லும் மிஸ்!”

“ஓ அப்பிடியா? மாத்திச் சொன்னா, மாத்தி சொன்ன எழுத்த எப்பிடிச் சொல்லணும்னு சொல்லிக்குடுத்துருவோம்.”

ஜானகி தன் பிஞ்சுக் கைகளில் பையை எடுத்து, ஜிப்பிற்குப் பதிலாக பூட்டியிருந்த ஊக்கை லாவகமாகக் கழற்றி, சிலேட்டை எடுத்துக்கொண்டு மீண்டும் அதேபோன்று பூட்டினாள்.

“ம், குச்சி.”

தன் சட்டைப் பாக்கெட்டிலிருந்து குட்டியாக ஒரு குச்சியை எடுத்தாள். அது அவளது சுண்டுவிரலில் கால்வாசியாக இருந்தது. கவிதாவிற்கு சிரிப்பு தாங்கவில்லை.

“ஐஸ்சு ஒரு குச்சியிருந்தா குடு.”

“மிஸ்! இதவிடப் பெருசா குடுத்தா, பாதியக் கடிச்சித் தின்னுப்புடும் மிஸ்!”

“அது வேறயா? சரி இந்தக் குச்சிலயே எழுது. சிலேட்டக்குடு.”

என வாங்கி... சக்கரம் என எழுதினாள் கவிதா.

“இந்தா, இதுல மொத எழுத்து, அதமட்டும் எழுதுறேன் பாரு... அதே மாதிரி எழுது.”

சிலேட்டை மடியில் வைக்க... ஜானகி கைகளைக் கட்டிக் கொண்டு பழையமாதிரியே முழித்தாள். ஐஸ்வர்யா, ஜானகியைத் தெளிவாகப் புரிந்து வைத்துள்ளாள்.

“சரி, இத எதுக்கு ‘ச’ ன்னு சொல்லணும்னுதான கேக்குற? நாம் சொல்லுற வார்த்தையோட சத்தம் அதாவது ஒலி இருக்குல்ல, அதோட எழுத்து வடிவம்தான் இது, ‘ச’ன்னு சொல்றம்ல.. அதோட வடிவம்.”

மீண்டும் முழித்தாள்.

“ச' அப்பிடிங்கற சத்தத்த ‘ச'ன்னு தான் எழுதணுமா? அதேன உன்னோட வயசுக்கு மீறின கேள்வி?”

அவள் அமைதியானாள்.

“மிஸ்! இந்தப் புள்ள எந்நேரமும் படத்த வரஞ்சிக்கிட்டே இருக்கும் மிஸ்! எழுத்தச் சொன்னா மட்டும் சீக்கு வந்த கோழி கணட்டா ஒக்காந்துக்கும் மிஸ்!”

ஐஸ்வர்யா அவளது சிலேட்டில் எதையோ எழுதியபடியே தலை நிமிராமல் சொல்ல... கவிதாவிற்குச் சிரிப்பும் ஆச்சர்யமும் கலந்து வந்தது. ஒரு குழந்தை தன்னுடன் படிக்கும் சக குழந்தையை எப்பிடிப் புரிந்து வைத்திருக்கிறது.

“ஜானகி! ஒனக்குப் படம் வரையத் தெரியுமா?”

ஜானகி உற்சாகமாக மண்டையை ஆட்டினாள். முதலில் அவளுக்குப் பிடித்த படங்களை வரையச் சொன்னாள். அவள் சில முட்டைகளையும் குச்சிகளையும் வரைந்தாள். முட்டைகளையும் குச்சிகளையும் இணைத்து புதிய உருவங்களைப் படம் பார்த்த குழந்தைகள் உற்சாகமடைந்தார்கள். ‘‘இது என்ன?'' என்று கேட்க...'' ‘‘ஆடு!'' என்றாள் ஜானகி. மெதுவாக மற்ற குழந்தைகளைப் பார்க்க... அவர்கள் வாயில் கைவைத்து சிரித்தார்கள். வேண்டாம் என்பதாய்க் கண்களைச் சிமிட்ட... மற்ற குழந்தைகள் சமாளித்தார்கள்.

“சரி, இது என்ன?”

“இது கோழி!”

குழந்தைகள் வாய்விட்டுச் சிரித்தார்கள்.

“ஏய்! எதுக்குச் சிரிக்கிற, ராஜேஷ்கண்ணா?'' மிஸ்! இது விட்டில் பூச்சி மாதிரி இருக்கு மிஸ்!”

“அதக் குடு” என்று வாங்கி, அந்த விட்டில்பூச்சியில் சில திருத்தங்கள் செய்ய... அது கோழியாக மாறியது.

“எப்பிடி?” என்றாள் கவிதா...

“நல்லாருக்கு மிஸ்!” என்று குழந்தைகள் கூற... ஜானகி வெட்கத்தில் நெளிந்தாள்.

“இதேமாதிரிதான் நாம எழுத்துக்களையும் வரையணும்“ என்று ஒவ்வோர் எழுத்தையும் ஒரு பறவையுடன், விலங்குடன் பொருத்திக் காட்டினாள்.

சில படங்களை எழுத்திலிருந்து உருவாக்கிக் காட்ட....

அது ஜானகிக்கு பிடித்துப் போனது. அதிலிருந்து ஜானகி ஒவ்வொரு எழுத்தாக எழுதத் துவங்கினாள். கவிதா பிரசவ மகிழ்ச்சியை அடைந்தாள். ஆசிரியர்களுக்கு வாங்கும் சம்பளத்தில் அடையும் மகிழ்ச்சியெல்லாம் நீர்க்குமிழி போன்றது. நிரந்தரச் சந்தோசமே இதில்தான் இருக்கிறது. இப்படித் தட்டுத் தடுமாறிக் கற்று எழும் குழந்தைகள் நாளை பெரிய இடத்தில் இருப்பதைப் பார்க்கும்போது உள்ளூற மகிழ்கிறார்களே அதுதான் நிரந்தரமான சந்தோசம்.

ஜானகிக்கு இன்று முகத்தில் ஒரு தெளிவு ஏற்பட்டிருக்கிறது. அந்தத் தெளிவு அவளது கண்களில் இத்தனை நாள்கள் இல்லை. குழந்தைகள் தங்களுக்கு ஏற்படும் சந்தேகங்களை அவர்களுக்குத் தெரிந்த வகையில் அவர்கள் புரிந்துகொண்ட விதத்தில் கேட்பார்கள். அதைப் புரிந்துகொள்வதில்தான் ஓர் ஆசிரியரின் தனித்திறன் இருக்கிறது. என்பதை, தான் படிக்கும் காலத்தில் பயிற்சி வகுப்புகளுக்குச் செல்லும்போது அங்கே ஒரு நகராட்சி தொடக்கப் பள்ளியில் ஹயர்கிரேடு படித்துவிட்டு (அந்தக் காலத்தில் 8-ஆம் வகுப்பு முடித்து இரண்டு வருட ஆசிரியர் பயிற்சி முடித்துவிட்டு பணிக்கு வருவார்கள்) வேலையில் சேர்ந்த முப்பது வருட அனுபவம் மிக்க கெங்கம்மாள் என்ற ஆசிரியை தனக்கு மாணவர்களைக் கையாளும் விதம் பற்றி எடுத்துக் கூறியது நினைவில் வந்தது. அந்த உணர்வை ஜானகி தூண்டி விட்டாள்.

அப்போது யாரோ வெளியில் வந்து நின்று அழைப்பது காதில் கேட்டது.

“யாருன்னு பாரு ஐஸ்சு!”

ஐஸ் வெளியே சென்று பார்த்துவிட்டு வந்து

“மிஸ்! வாத்தியார் தாத்தா!”

சொன்னவுடன் கவிதா அவசரமாக வெளியே எழுந்துவந்து பார்த்தாள். அவர் தூணில் சாய்ந்து அமர்ந்திருந்தார்

“வணக்கங்கய்யா! உள்ள வந்து உக்காருங்க.”

“வேணாம்மா! படியில ஏறி வர்றது ரொம்பச் செரமமா இருக்கு, தண்ணி இருக்கா”

“ராஜேஷ்! தண்ணி பாட்டில எடுத்துட்டுவா.”

இராமசாமி ஆசிரியர் சுகவீனமாக இருப்பது பார்த்தாலே தெரிந்தது. அவரின் வயோதிகம் சுகவீனத்தை ஏற்படுத்தியிருந்தது நன்றாகத் தெரிந்தது.

ஐஸ்வர்யா தண்ணீர் கொண்டுவந்து கொடுத்ததை வாங்கிக் குடித்துவிட்டு,

“அம்மா! இங்க படிச்சவன்தான். பரமன்னு பேரு, திருப்பூர்ல வேல செஞ்சிட்டிருந்தான். அங்க வீடெல்லாம் காலி செஞ்சிட்டு இங்க வந்துட்டான். ரெண்டு ஆம்பளப் பசங்க. ஒண்ணு நாலும் ஒண்ணு ரெண்டும் படிக்குதுக. இத எப்பிடியோ கேள்விப்பட்டு காமாச்சிபட்டி நர்சரி பிரைமரி ஸ்கூல்லர்ந்து வந்து பாத்துட்டுப் போயிருக்காய்ங்க. நேத்து நீ லீவுபோல, அதான் வந்து பாத்துட்டுப் போயிட்டேன்.”

“அய்யா! இங்கீலீஸ் மீடியம் படிக்க வைக்கிற அளவுக்கு அவ்ளோ வசதியா?”

அட நீ வேறம்மா! வாங்குற சம்பளம் கட்டுப்படியானா, சட்டி பொட்டியத் தூக்கிக்கிட்டு இங்க எதுக்கு வர்றான்?”

“என்ன வேலைங்கய்யா?”

“நூலோட்டுறாம்போல, அங்க வீடு பக்கத்துலயே ஏதோ யூனியன் ஸ்கூல்ல இங்கிலீஸ் வகுப்புல படிச்சிருக்காங்க. அத எப்படியோ தெரிஞ்சி வச்சிக்கிட்டு அது ஏதோ 25 சதவீதமால, அதுல சேத்துப்பிடுவோம். பீஸ்செல்லாம் கட்டவேணாம்னு கேட்டுட்டுப் போயிருக்கானுங்க.”

“அய்யா! 25 சதவீதம்ங்கிறது மெட்ரிக் பள்ளிக்கூடத்துல வசதி குறைவா இருக்குற குழந்தைகளுக்கு அங்க படிக்கிற குழந்தைகள்ல 25 சதவீதம் பேரத் தேர்ந்தெடுத்து அரசாங்கமே பீசக்கட்டிடும்.”

“அய்யய்யோ! அந்தக் காச இங்க அரசு பள்ளிக்கூடத்துல வசதிகள ஏற்படுத்துறதுக்குச் செலவு செய்யலாமே? இப்பதே இங்கீலீசு மீடியம் வேற ஆரம்பிச்சாச்சுல்ல? அந்தப் பசங்க இங்கயே நல்லா படிக்கலாமே, அதுவும் இல்லாம இப்ப வர்ற உங்கள மாதிரி டீச்சர்ஸ் டெட்டு டி-ஆர்-பின்னு பாஸ் பண்ணிதான வேலைக்கி வந்திருக்கீங்க? உங்களவிட அவங்க எப்பிடி நல்லா சொல்லிக் குடுப்பாங்க?”

"அய்யா! இத நீங்க பேசலாம், நாங்க பேச முடியுமா... அப்புறம் சட்டம்! கோர்ட்டு, கேசுன்னு அலைய முடியுமா, சொல்லுங்க?"

"அடப் போம்மா இது புள்ளையையும் கிள்ளிவிட்டுத் தொட்டிலையும் ஆட்டுற கதைல்ல."

அப்போது பரமன் தன் இரு குழந்தைகளையும் அழைத்துக் கொண்டு பள்ளியை நோக்கி நடந்து வந்தான்.

கவிதாவிற்குச் சந்தோசம் தாங்க முடியவில்லை அய்யாவைப் பார்த்ததும் வேட்டியை இறக்கிவிட்டான்.

அருகில் வந்து இரண்டு கைகளையும் எடுத்துக் கும்பிட்டான்.

"பரமா! எப்பிடி இருக்க?"

"நல்லா இருக்கேன் சார்! நீங்க எப்பிடி இருக்கீங்க?"

"இதோ பாக்குறையல்ல."

"சாரு! நான் ரெண்டாப்பு படிக்கிறப்ப ரிட்டேடு ஆகிட்டாரு."

"ஆமா, இங்கிலீசு மீடியத்துலர்ந்து பாத்துட்டுப் போனாங்களாம்ல."

"அட! சார், கொரலி வித்தைக்கி நா மயங்க மாட்டேன். நானு இங்கதே படிச்சேன். இப்ப என்ன கெட்டுப் போயிட்டேன்? என்ன எங்கப்பனுக்கு வசதியில்லமேல படிக்க வைக்கல, பசங்க இங்கயே படிக்கட்டும்யா!"

கவிதாவிற்கு உள்ளம் மகிழ்ச்சியைக் கொண்டாடித் தீர்த்தது. ஏதோ ஓர் அதிசயம் நடக்கிறது.

"ஊரே சொல்லுது, புது டீச்சர் பசங்கள நல்லா பாத்துக்கிறாங்கன்னு, எங்களுக்கு அதுதான் சார் வேணும்."

"அப்புறம் என்னம்மா! கொழந்தைகளக் கூட்டிட்டுப் போ பரமா! எச்எம், ஆபீசுக்கு போயிருக்காருபோல... நாளைக்கிப் பேர எழுதிருவாங்க..."

"சரிங்கய்யா!"

"கண்ணுங்களாவாங்க" என கவிதா அழைக்க, குழந்தைகள் சற்றுத் தயங்க...

"அடப் போங்கடா! அப்பா இங்கதான் படிச்சேன், பயப்படாம போங்க."

குழந்தைகள் கவிதாவுடன் பள்ளியின் உள்ளே சென்றார்கள். அய்யாவிற்குப் பெருமிதமாகவும் நம்மால் இந்தப் பள்ளிக்குச் செய்ய முடிந்ததே என்ற நிம்மதியும் ஏற்பட்டது. உள்ளுக்குள் சிரித்துக்கொண்டார்.

"ஆமா, நீ என்னக்கி ஊருக்குப் பொறப்படுற?"

"இன்னக்கிச் சாயந்தரம்ங்க சார்!"

"நீ மட்டுமா?"

"ஆமாங்க சார்! திருப்பூர் நீங்க நெனக்கிறமாதிரி இல்ல, வடமாநிலத் தொழிலாளர்கள அடிமாட்டு சம்பளத்துக்கு எறக்கி விட்டுட்டுட்டாங்க, அதுல்லாம நீக்கரோ ஆளுங்க ஒரு ஏரியாவையே புடிச்சிட்டானுங்க. நம்ம ஆளுகளுக்குச் சம்பளம் கட்டுமானத்துக்கு வரல அங்க குடும்பத்த வச்சிக்கிட்டு ஒன்னும் செய்ய முடியாது. அதான் இங்கன்டா ரேசன் அரிசியச் சாப்பிட்டுட்டு, புள்ளகளப் பாத்துக்குவா."

"வெளிமாநிலத்துக்காரனுக்கு எப்பிடி சம்பளம் கட்டுமாத்துக்கு வருது?"

"சார்! அந்த மாநிலத்துல இருக்குற வறுமைய சாதகமாப் பயன்படுத்தி அவங்களோட உழைப்ப இந்த மொதலாளிங்க சுரண்டுறானுங்க. பாவங்கையா! நம் ஆளுக எதுத்துக் கேள்வி கேட்டு சம்பளம் கூடக் கேக்குறதுனால நம்ம ஆளுகள வேலைக்கி வச்சிக்க யோசிக்கிறாங்க. என்ன மாற்றம் வந்தாலும் முதலாளி முதலாளியாத்தான் இருக்கான். தொழிலாளி எப்படியாச்சும் அடிமையா அவங்களுக்குக் கெடச்சிட்றாங்க. ஒண்ணும் மாறாதுங்க சார்!"

"அதாம்பா? அவனும் பாவந்தான"

"நாம நெனக்கிறோம். நெனக்கிற ஆளுக நெனைக்கலையே? சரிங்க சார் நான் வர்றேன்."

பரமன் செல்லும்வரை அவனையே பார்த்துக்கொண்டிருந்துவிட்டு மீண்டும் திரும்பி பள்ளியைப் பார்த்தார்.

அரசுப் பள்ளியின் கட்டிடம் வயதானதாகவும் சற்று கம்பீரமாகவும் தோன்றியது.

கிழண்டுபோய் காட்டில் சும்மா படுத்துக் கிடந்தாலும் சிங்கம் சிங்கம்தான்.

13

இந்தக் காலை நேரத்திலேயே வெய்யில் சுள்ளென்று உரைத்தது. எப்போதும் கீரைக்கூடையுடன் தன்னுடன் சிற்றுந்தில் பயணம் செய்யும் பாட்டி ஏனோ முகம் வாடிக் காணப்பட்டார், கடந்த ஒரு வாரமாகவே அவர் தட்டுப்படவில்லை. பாட்டியை ஒரு நாளும் அழுக்குச் சீலையுடனோ, வெற்றிலையைக் குதப்பாமலோ நெற்றியில் பட்டையிடாமலோ பார்த்ததில்லை. இன்று அவர் முகம் ஈரப்பசை இல்லாத கீரைக்கட்டைப்போல் வாடியிருந்தது. சிற்றுந்தில் கடந்து போகும் எதையும் சிரத்தையற்றுப் பார்த்துக் கொண்டிருந்தார். காலையில் சாப்பிட்டாரா என்றுகூடத் தெரியவில்லை, என்ன ஏது என கவிதாவால் கேட்காமல் இருக்க முடியவில்லை. பாம்பின் கால் பாம்பறியும் என்பதைப்போல் துயரத்தின் கால் துயரமறிந்து கேட்டுவிடலாம் என அழைத்தாள்.

“பாட்டி!”

சிந்தனை கலைந்த பாட்டி தன்னையறியாமல் வடிந்த வெற்றிலை எச்சிலை முந்தானையில் அவசரமாகத் துடைத்தபடி,

“என்ன தாயி?”

“ஆமா, வாரம் பத்து நாளா உங்களப் பாக்க முடியலையே, ஒருமாதிரி சோர்வா வேற இருக்கீங்களே, ஒடம்புக்கு முடியலையா?”

கவிதா பேசிக்கொண்டிருக்கும்போதே பாட்டிக்குக் கண்ணீர் முட்டியது.

தொண்டையில் கட்டி நின்ற துக்கத்தை வெற்றிலை எச்சிலுடன் விழுங்கி விட்டு, மூக்கை முந்தானையில் துடைத்துக்கொண்டு,

“என்னத்தச் சொல்ல தாயி! ஒரே மகன், அவஞ்செத்து ஆறு வருசமாச்சு. மருமகளும் ஒடம்புக்கு முடியாம சேந்துட்டா. ஒத்தப் பேத்தி ஏழு வயசு தாயி! அத எப்புடிப் பாதுகாக்கப் போறேனோ... சொந்தபந்தத்துல ஒரு நாதியும் கெடயாது. இருக்காய்ங்க சொந்தத்துல. ஆனா இன்னக்கோ, நாளைக்கோ சாகப்போற எனக்கு எப்பிடி ஒதவி செய்வாய்ங்க? இப்பெல்லாம் ஒண்ணுத்துக்கும் முடியமாட்டிங்குது தாயி! வைராய்க்கியத்துக்குக் கீரக்கட்டச் சொமந்துட்டுத் திரியறேன்.”

அவர் தன்னைத்தானே ஆசுவாசப்படுத்த முயற்சி செய்வது அவரின் ஒவ்வோர் அசைவிலும் தெரிந்தது. இடுப்பில் சொருகிய சீலைத்தலைப்பை எடுத்து ஓர் உதறு உதறி மறுபடியும் சொருகிக் கொண்டார். சரியாகவே இருந்த கீரைக்கூடையை மீண்டும் சரிசெய்து வைத்தார்.

“பேத்தி எங்க படிக்கது?”

“பித்தளபட்டியில தாயி நானு ஒண்ணு கேக்குறேன்டு தப்பா நெனச்சுப்படாத தாயி?”

“சும்மா சொல்லுங்க பாட்டி!”

“ஏதாச்சும் நல்ல அனாதிப் பள்ளிக்கூடம் எதுனா இருந்தா சொல்லிச் சேத்து விடுத்தா! ஏதோ ஏ உசுரு இருக்கந்தண்டியும் அப்பப்ப போயிப் பாத்துக்குருவேன். நாஞ் சம்பாதிக்கிற அஞ்சோ, பத்தோ கொண்டுபோயிக் கொடுத்துர்றேன். ஒனக்குப் புண்ணியமா போயிரும்.”

என கண்ணீர் வழிய கையெடுத்துக் கும்பிட்டார். கவிதாவால் அந்தக் கிழத்திற்கு என்ன செய்வதென்று விளங்கவில்லை. ஒவ்வொரு வாழ்வியல் சிக்கலும் ஏழைகளைக் குறி வைத்தே நடக்கிறது. இதென்ன வாழ்வியல் முறை? இதில் என்ன பண்பாட்டுக் கலாச்சாரங்கள்? கட்டுக்கோப்புகள்? இதன் படிதானா எனக் கண்காணிக்கும் சமூகம்.

“விசாரிச்சிட்டு சொல்றேன் பாட்டி! நானு சொன்னா தப்பா நெனக்கக்கூடாது?”

“சொல்லு தாயி! நானென்ன நெனக்கப் போறேன்?”

“நீங்க இருக்குற வரைக்கும் உங்ககூடவே இருக்கட்டுமே.”

“இல்ல தாயி, நா பொசுக்குன்னு கண்ண மூடிட்டா புள்ள துடிச்சிப் போயிரும். நா இருக்கப்பவே ஒரு புடிமானத்தக் காமிச்சிரணும்.”

எப்படி ஒரு தெளிவான சிந்தனை. புடிமானம் என்கிற வார்த்தை எவ்வளவு வலிமையானது. அது வாழ்வியல் கோட்பாடுகளில் எத்தனை நிதர்சனமானது. மனிதன் தொடர்ந்து இந்தச் சமூகத்தில் இயங்குவதற்கான ஒற்றை அர்த்தமான தொடர்புக்கூறு.

சிற்றுந்து நிற்க... கூடையைத் தூக்கி இடுப்பில் வைத்தபடி,

“ஏதோ பாத்து செய்யி தாயி!”

“சொல்றேன் பாட்டி! பாத்து எறங்குங்க.”

மனசு கவிதாவிற்கு என்னமோ செய்தது.

காய்ந்து கிடக்கும் குப்பை கூளங்களில் சட்டென பக்கத்துத் தீ பரவிக்கொள்வதைப்போன்று சோகம் சட்டென அதற்குத் தோதான இடம் கிடைக்கவும் பற்றிக்கொண்டது. கவிதாவினுள்.

சிற்றுந்து நிற்க, சிந்தனை கலையாமல் இறங்கி இரண்டு மூன்று அடி நடந்த பின்பு ஐஸ்வர்யா ஓடி வந்து லஞ்ச் கூடையை வாங்கிச் சிந்தனையைக் கலைத்தாள்.

“மிஸ்! நான் ஒண்ணு சொல்றேன், திரும்பிப் பாத்திராதீங்க.”

“ஏய்! என்ன சொல்ற, எதுக்கு?”

“சொன்னாக் கேளுங்க மிஸ்! திரும்பிப் பாக்காதீங்க.”

“சரி சொல்லு.”

“நாம சாவி கொடுப்போமே அந்தக் கடைக்கு எதுத்தமாதிரி ஒரு பஞ்சர் கடை இருக்கும்.”

“ஆமா.”

“அந்தப் பஞ்சர் கடைய நீங்க தெனமும் பாப்பீங்களா?”

“பஞ்சர் கடையில நமக்கு என்ன வேல?”

“யப்பா!”

என ஐஸ்வர்யா நெஞ்சில் கை வைத்தாள்.

“ஏய்! என்ன பெரிய மனுசிமாதிரி?”

பள்ளி வந்துவிட்டது. உள்ளே நுழையும்போதே...

“மிஸ்! அந்தக் கடைல ஒரு இரும்புச்சேர் இருக்கும், அதுல வெள்ள வேட்டி, வெள்ளச் சட்ட சம்பந்தமே இல்லாம ஒரு சின்னத் துண்ட மேல போட்டுக்கிட்டு ஒரு ஆள், காலைல நீங்க பஸ்ஸ விட்டு எறங்குறப்பவே வந்து உக்காந்திருவாரு.”

கவிதா மெதுவாகத் திரும்பிப் பார்த்தும் பாரக்காததுபோல் உள்ளே நுழையும்போது பார்த்தாள். நன்றாக எண்ணெய் தேய்த்து வழித்து வகுடெடுத்து இடது நெற்றியில் குருவிக்கூடுபோல் வைத்திருந்தான். பெரிய பட்டைக் காலர் சட்டை.

“மிஸ்! அந்தாளு நீங்க ஸ்கூலுக்கு வந்த மறுநாள்லர்ந்து இப்புடி வந்து உக்காந்து உங்களையே பாக்கறாரு மிஸ்!”

“ஏய்! லூசு மாதிரி பேசாத.”

“இல்ல மிஸ்! பிராமிஸ் மிஸ்! உங்களுக்கு முன்னாடி சரண்யா மிஸ் இருக்குறப்பவும் இப்படித்தான் செய்வாராம் மிஸ்! மோனிக்கா அக்கா சொல்லுச்சி, நீங்க அந்தப் பக்கம் பாத்துறாதீங்க”

“அவரு பாட்டுக்கு உக்காந்துட்டுப் போகட்டும்.”

“அப்பிடி ஒக்காந்திருந்தா பரவாயில்லையே, நேத்து நான் ஸ்கூல் முடிஞ்சு போறப்ப என்னகூப்பிட்டு உங்க பேரு என்ன எங்கிருந்து வர்றீங்கன்னு கேட்டாரு மிஸ்!”

கவிதா மெல்ல அதிர்ந்தாள். ‘அட ஆண்டவா! இதுல இது வேறயா, நமக்குத் தாங்கலடா சாமி!’

“அதுக்கு நீ என்ன சொன்ன?”

“நான் ஒண்ணுமே பேசாம வேகமா ஓடிப் போயிட்டேன் மிஸ்!”

“சரி, இனிமே இப்பிடிக் கேட்டா, ஸ்கூல் பசங்ககிட்ட என்ன கேக்கணுமோ, அதக் கேளுங்க அவங்களப் பத்தி தெரிஞ்சிக்கணும்னா? அவங்ககிட்டயே கேளுங்கன்னு சொல்லிரு.”

“ஓகே மிஸ்!”

என்ற கூறிவிட்டு ஐஸ் சென்றுவிட்டாள்.

கவிதாவிற்குத் தலை வலிக்கத் துவங்கி விட்டது. ‘இருக்கும் பிரச்சனையில் ஒரு புதிய பிரச்சனையா? இதற்கு ஆரம்பத்திலேயே முடிவுகட்டிவிட வேண்டும்’ என்று நினைத்தாள். ‘ஐயாவிடம் இவனைப் பற்றி விசாரிக்க வேண்டும்.’

அப்போது தலைமை ஆசிரியர் வரும் சத்தம் கேட்டது. தான் மாஸ்டரில் கையொப்பம் இட்டுவிட்டு வகுப்பறைக்குச் சென்று டேபிள், சேர் சரிசெய்துவிட்டு தேதியை மாற்றி முடிக்க... தலைமை ஆசிரியர் உள்ளே வர... வணக்கத்தைக் கூறிவிட்டு,

“டீச்சர்! ஏப்ரல் 20 அன்னையோட ஸ்கூல எக்ஸாம் வச்சி முடிக்கச் சொல்லிருக்காங்க.”

"ஓகே சார்!"

"அப்புறம் நீங்க ஏப்ரல் முதல் வாரத்துல சென்ஸஸ் முடிச்சிருங்க, பழைய சென்ஸஸ் ரெக்கார்ட எடுத்துக்கிட்டு ஐஸ்வர்யாவையும் ராஜேஸையும் கூடக்கூட்டிட்டுப் போங்க. சீக்கிரம் ரெக்கார்ட முடிச்சிட்டா நாம டென்சன் இல்லாம இருக்கலாம். இந்தாங்க... இது பழைய நோட்டு, இது புதுசு. பழைய ஸ்கூல்ல சென்ஸஸ் எடுத்திருக்கீங்கதான?" (சென்செஸ் – பள்ளித் தகவலுக்காக பள்ளி வயதுக் குழந்தைகளைக் கணக்கெடுக்க, வெளியூரில் படிக்கும் உள்ளூர் மாணவர்கள் விபரம் அறிவதற்கான கோப்பு).

"ம்... எடுத்திருக்கேன் சார்! நான் எடுத்து முடிச்சிர்றேன்"

எனக் கூறிவிட்டு ரெக்கார்டை எடுத்துக்கொண்டு வகுப்பிற்கு வந்தாள். ரெக்கார்டை எடுத்து மொத்தம் எத்தனை வீடுகள் என்று பார்த்துக்கொண்டிருக்கும்போது, ஐஸ்வர்யா அருகில் வந்து நின்றாள். மொத்தமே 56 வீடுகள் இருந்தன. நூற்றி அறுபத்து மூன்று பேர் இருந்தார்கள். ஒவ்வொரு பெயராக பார்த்துக் கொண்டிருக்கும்போது ஒரு பெயரை ஐஸ்வர்யா தொட்டுக் காண்பித்தாள்.

"மிஸ்! ராஜவேல் இந்த ஆளுதான் மிஸ், அந்த பஞ்சர் கடைல ஒக்காந்திருக்குறவரு."

"ஐஸ்சு! அவரு பாட்டுக்கு ஒக்காந்துட்டுப் போறாரு.. நம்மகிட்டப் பேசுனாவோ, இல்ல வேற விதமா நமக்கு எடஞ்சல் குடுத்தாலோ, நாம ஏதாவது செய்யலாம், இப்ப நாம செய்யவேண்டியது ஒண்ணுதான்..."

"என்ன மிஸ்!"

"கண்டுக்காம விட்டுறலாம்."

"சரி மிஸ்!"

"போ... போயி, வெளிய வெளாடிட்டிருக்குற பசங்கள டைம் ஆச்சின்னு, உள்ள வரச் சொல்லு."

ஐஸ்வர்யா சென்றுவிட்டாள்.

குழந்தைகள் எவ்வளவு விவரமாக இருக்கிறார்கள். இஃது ஆச்சர்யமாக இருந்தாலும் வயதுக்கு மீறிய விவரம்கூட ஒரு

விதத்தில் ஆபத்தானதுதான் என்பதை எப்படி இந்தக் குழந்தைக்குப் புரிய வைப்பது?

சுவரில் ஒரு பல்லி மெதுவாக ஊர்ந்து செல்ல... பின்னாலேயே மற்றொரு பல்லி தொடர்ந்து முன்செல்லும் பல்லியின் வாலைக் கடிக்கச் சென்றது கொஞ்சம் வேகம் எடுத்தது பின் சென்றதும் வேகமெடுத்தது. சுவற்றின் எல்லைவரை சென்ற பல்லி திரும்பி நின்று வாலை சுழற்றிக் காட்டியது. தூரத்தில் பல்லி பின்வாங்கி வேறு திசையில் செல்லத் தொடங்கிவிட்டது.

ரெக்கார்டை வைத்துவிட்டு, வெளியே வரண்டாவில் நின்று குழந்தைகளைப் பார்த்துக்கொண்டிருக்கும்போது, அவன் உற்றுப் பார்த்தபடி பள்ளியைக் கடந்து சென்றான்.

14

ஏனோ மகேஷின் நினைவாகவே இருந்தது. மகேஷ் வேறொரு பெண்ணுடன் உறவில் இருந்தான். என்றாலும் என்னுடன்தானே வாழ்ந்தான். என்மேல் எவ்வளவு ஆழமான காதல் கொண்டிருந்தான். அவனின் ஒவ்வொரு தொடுதலிலும் ஒவ்வொரு அழைப்பிலும் காதல் தெரியுமே... அவன் கட்டிப் பிடிப்பதிலும் முத்தமிடுவதிலும் எவ்வளவு நேர்த்தி, எவ்வளவு ஈடுபாடு இருக்கும். அவன் நான் பேசுவதையும் பாடுவதையும் ஒரு முதல் தர ரசிகனாக ரசிப்பானே... அவன் என்னை இரவுத் தனிமையில் பாடவைத்துக் கேட்பதை ஒரு தவமாகத் செய்வானே... அதிலும் குறிப்பாக எல்.ஆர்.ஈஸ்வரி பாடிய,

‘காதோடுதான்
நான் பாடுவேன்
மனதோடுதான்
நான் பேசுவேன்
விழியோடுதான்
விளையாடுவேன்
உன் மடிமீதுதான்
கண்மூடுவேன்...’

என்னைக் கட்டி அணைத்தபடி நான் பாடும் பாட்டில் அப்படியே உருகிப் போவானே... பாடல் முடிந்ததும் அவன் கண்களிலிருந்து வெளிப்படும் அந்த இரண்டு துளி கண்ணீரில், அவனுக்கு என் மூலமாகக் குழந்தை பெற்றுக்கொள்ள வேண்டும் என்ற ஏக்கம் வெளிப்படுமே, அந்த ஏக்கம் தீர அவனுக்கு எத்தனை முத்தங்கள் கொடுப்பேன். அந்த நேரத்தில் அவன் ஒரு குழந்தையாகவே மாறிவிடுவானே... நாங்கள் எவ்வளவு மகிழ்ச்சியாக இருந்திருப்போம். ஒரு குழந்தை என்ற அற்ப விசயத்திற்காகப் பிறிதொரு பெண்ணைத் திருமணம் செய்துகொண்ட ஒரு கேவலமான மனித ஜந்து என்று என்னை உலகம் தூற்றுமே என்று எவ்வளவு மறுத்தான். எப்படி மனமுடைந்து போனான். ஒரு வேளை அவன் கூறியதுபோல் இருவரும் கண்காணாத இடமாகப் பார்த்து எங்காவது சென்றிருந்தால், இந்தத் திருமணமும் நடக்காமல் மகிழ்ச்சியாக வாழ்ந்திருக்கலாமோ? நான் இந்த விசயத்தில் தவறான முடிவை எடுத்துவிட்டேன். என் மகேஷை நான் மொத்தமாகத் தொலைத்துவிட்டேன்.

ஏதோ அடுக்களையில் உருளும் சத்தம் கேட்க... எழுந்துபோய்ப் பார்த்தாள். அப்பா அடுக்களையில் இருந்து வெளிப்பட்டார்.

"அப்பா இந்த நேரத்துல இங்க என்னப்பா பண்ற?"

"ஒண்ணுமில்லம்மா! நீ தண்ணி எடுத்து வைக்க மறந்துட்ட போல."

"ஐயோ, மன்னிச்சிருப்பா! ஏதோ குழப்பத்துல..."

"மருமகனப் பத்தி நெனச்சிட்டிருந்தியாம்மா?"

"அப்பா!"

"நான் ஒன்னப் பெத்தவம்மா!"

என்று கூறிவிட்டுப் போய்ப் படுத்துக்கொண்டார். மருமகன் இப்படித்தான் இருக்க வேண்டும் என்று எப்படி எல்லாம் நினைத்திருப்பார். பாவம் வயதான காலத்தில் அவர் மனம் வேதனைப்படுவதைச் சகிக்க முடியவில்லை. கவிதா லைட்டை 'ஆப்' செய்துவிட்டுச் சென்று படுக்கையில் படுத்துக்கொண்டாள். குழந்தை இவை எதைப் பற்றியும் சிந்தனையற்று ஆழ்ந்த உறக்கத்தில் இருந்தாள். அவள் கைகளை நெஞ்சின்மேல் வைத்து ஒருபுறமாகத் திரும்பிப் படுத்திருப்பது அப்படியே மகேஷை நினைவூட்டியது. கவிதாவின் கண்கள் பனித்தன. உறங்கும் குழந்தையின் நெற்றியில் அழுந்த முத்தம் பதித்தாள். அருகில் படுத்துக்கொண்டாள்.

'இந்தச் சமூகத்தில் என்ன ஆண், பெண் உறவு முறை... இவர்கள் கட்டமைத்து வைத்திருக்கிற திருமணப் பந்தத்தில் கணவனைப் பலி கொடுத்துவிட்டு நிராயுதபாணியாக நிற்கும் என்னைப் போன்றவர்களைப் பார்த்துக் கேட்க வேண்டும் திருமணம் என்ற கட்டமைப்பைப் பற்றி? திருமணம் என்பது தனிப்பட்ட விருப்பம். மீறி அது பொது விசயமாக மாறி விட்டதுகூட சரிதான். என்றால், குழந்தை பெறுவது என்பதையும் பொது விசயமாக மாற்றியது யாருடைய சதிச் செயல்? மகேஷை இரண்டாம் திருமணம் செய்ய நிர்பந்தப்படுத்தியது யார்? மகேஷிற்கு ஒரு இக்கட்டான சூழலை இந்தச் சமூகம் ஏற்படுத்தாமல் இருந்திருந்தால் அவன் என்னுடனே இருந்திருப்பானே?'

தனக்கேற்பட்ட மனக்குழப்பத்தில் ஏதேதோ சிந்தனை ஓட்டங்கள் கவிதாவைத் தூக்கமற்றவளாக மாற்றியது.

15

சிற்றுந்து நின்றதும் இறங்கிய கவிதாவிற்கு அதிர்ச்சி, எப்போதும் சாவியைக் கொடுத்து வாங்கும் பெட்டிக்கடையில் அவன் எதையோ வாங்குவதைப்போல் நின்றிருந்தான்.

சூழலைப் புரிந்துகொண்ட கவிதா எதுவும் தெரியாததுபோல் தலைகுனிந்தபடியே பள்ளியை நோக்கிப் போகத் துவங்கினாள். அவன் கடையைவிட்டு வெளியே சென்று கவிதா பள்ளியை அடையும் வரைப் பார்த்துக் கொண்டுயிருந்தான்.

சோதனைக்காகக் குழந்தைகள் யாருமே பள்ளிக்கு வராமல் பள்ளியும் திறக்கப்படாமலேயே இருந்தது. அப்படியே வராண்டாவில் அமர்ந்துகொண்டாள். மெதுவாக நிமிர்ந்து பார்க்க அவன் அதே இடத்தில் அதே பார்வையோடு அப்படியே நின்று கொண்டிருந்தான்.

முள் செடி வேர்விடத் துவங்கி விட்டது. கவிதாவிற்குக் கவலையை ஏற்படுத்தியது. நல்லவேளையாக ஐஸ்வர்யாவும் அவளுக்குப் பின்னாலேயே ராஜேஷ்கண்ணாவும் வந்தார்கள். ஐஸ்வர்யா வரும்போதே,

"சாரி மிஸ்! லேட்டாயிருச்சு. அம்மா சோறு காச்சல மிஸ்! நான் போயி சாவி வாங்கிட்டு வந்துர்றேன் மிஸ்!"

"ஏய், ஐஸ்சு! நில்லு, ராஜேஷ் நீ போ, போயி சாவி வாங்கிட்டு வா."

"ஓகே மிஸ்!"

அவன் பையை இறக்கி வைத்துவிட்டு சாவி வாங்க ஓடினான்.

அவன் சாவியை வாங்கி வெளியே வரும்போது வெள்ளைச் சட்டை ஆசாமி நிறுத்தி எதையோ கேட்டான். ராஜேஷும் எதையோ கூறிவிட்டு ஓடிவந்தான்.

வந்தவனிடம் ஒன்றும் பேசாமல், கதவைத் திறக்கும்படி சாடை காட்டினாள். இதைக் கவனித்த ஐசு,

"கண்ணா! அந்தாளு என்னடா கேட்டார்?"

“என்னடா, உங்க மிஸ்சு சாவியக்கூட வாங்காம சர்ருன்னு போறாக” அப்பிடின்னு கேட்டார்.

“அதுக்கு நீ என்ன சொன்ன?”

“அதுக்குத்தே நாங்க வந்திருக்கம்ல''ன்னு சொல்லிட்டு வந்தேன்.”

“பாருங்க மிஸ்! அங்க ஒக்காந்து, இங்க ஒக்காந்து கடைசில பொட்டிக்கடைக்கே வந்துட்டாரு.”

“ஏய், அதே நான் அங்க போகலையே நேரா இங்க வந்துடேன்ல.”

“பேசாம HM சார்ட்ட சொல்லிர்லாம் மிஸ்!”

“சூ... சும்மாரு, அத நான் பாத்துக்கிறேன். வாத்தியார் தாத்தாகிட்ட பேசிக்கலாம்.”

“ஆமா மிஸ்! அவர்தாம் மிஸ் கரெக்ட், எங்கப்பாகூட தாத்தா சார்ட்டதான் படிச்சாராம் மிஸ்! அப்படியே லெப்ட்ல விடுவாராம் மிஸ்! காதெல்லாம் கொய்ங்ன்னு கேக்குமாம் மிஸ்!” ராஜேஷ் கண்ணா ரசனையுடன் சொன்னான்.

“சரி, சரி, ஜன்னல் கதவெல்லாம் தெறந்து விட்டுட்டு, கிளாஸ் ரூமக் கூட்டுங்க.”

“சரிங்க மிஸ்!”

“புதுப் பசங்க வந்திருவாங்கல்ல?”

“அதெல்லாம் வந்திருவாங்க மிஸ்!”

பிரோவைத் திறந்து மாஸ்டரை எடுத்துக் கையொப்பம் இட்டுவிட்டு, தன்னுடைய கைப்பையை எடுத்துக்கொண்டு வகுப்பறைக்குச் சென்றாள். போகும்போதே ஜன்னல் வழியாகப் பார்க்க... அவன் இன்னும்கூட அங்கேயே நின்றுகொண்டிருந்தான். கவிதாவிற்குப் படபடப்பு அதிகமானது, லேசாக வியர்க்கத் துவங்கிவிட்டது. ‘ஐயாவிடம் சொல்லி ஏதாவது செய்ய வேண்டும். வந்தும் வராததுமாக இப்படி ஒரு பிரச்சனையைக் கொண்டு சென்றால் அவர் நம்மைப் பற்றித் தவறாக நினைப்பாரோ? இருந்தாலும் பரவாயில்லை ஐயாவிடம் சொல்லிவிடலாம். இந்தப் பிரச்சனையை இன்னும் நீட்டிக்க விடக்கூடாது. இதற்கு ஒரு முற்றுப்புள்ளி வைக்க வேண்டும்’ என நினைத்துக்

கொண்டிருக்கும்போது புதுக்குழந்தைகள் தூரமாக வந்து கொண்டிருந்தார்கள்; வந்து உற்சாகமாகப் பள்ளிக்குள் நுழைந்தார்கள்.

நான்காம் வகுப்பு படிக்கும் ரவி, இரண்டாம் வகுப்பு சூர்யா.

அவர்கள் உள்ளே நுழையும்போதே அவர்கள் மேலிருந்து பவுடர் வாசனை வகுப்பை நிறைத்தது. அது சந்தோச வாசனையாகவும் இருந்தது. அவர்கள் மற்றக் குழந்தைகளுடன் அமர்ந்து வகுப்பை மேலும் கீழும் சுற்றிலும் பார்த்துக் கொண்டார்கள்.

“என்ன, பள்ளிக் கூடம் புடிச்சிருக்கா?”

“ம் புடிச்சிருக்கு.”

“பாத்தா அப்பிடித் தெரியலையே!”

“இல்ல மிஸ்! புடிச்சிருக்கு.”

அப்போது தலைமை ஆசிரியர் வரும் சத்தம் கேட்டது.

அவர் வண்டியை நிறுத்தி விட்டு உள்ளே வரும்போது குழந்தைகளுடன் கவிதா வராண்டாவில் நிற்க, வணக்கத்திற்குப் பதில் வணக்கம் சொல்லிவிட்டு ரவியையும், சூர்யாவையும் சலனமற்று ஒரு பார்வைபார்த்துவிட்டு உள்ளே சென்றார். கவிதா குழந்தைகளுடன் உள்ளே சென்றாள்.

“எங்க புடிச்சீங்க?”

“சார்!”

“சாரி சும்மா, ஆமா எங்கிருந்து வர்றாங்க?”

“திருப்பூர்ல குடும்பத்தோட இருந்திருக்காங்க. சம்பளம் கட்டுப்படியாகலையாம். குடும்பத்த இங்க விட்டுட்டு, இவங்க அப்பா மட்டும் திருப்பூர் போகப்போறாறாம். இவன் பேரு ரவி, நாலாம் வகுப்பு. இவன் பேரு சூர்யா, செகண்ட்.”

“ஓ, வெரிகுட்!”

தலைமை ஆசிரியர் சூர்யாவின் கன்னத்தில் மெதுவாகக் கிள்ள... அவன் வெட்கப்பட்டு சிரித்தான்.

“டீச்சர்! இது ஏப்ரல் மாசம், நாம அக்டோபர்ல அட்மிஷன் வாங்கணும். இது வருசக்கடைசி கண்டிப்பா அட்மிஷன் போட முடியாது. அடுத்த வருசம் போட்டுக்கலாம்.”

“சார்! பேரண்ட் கிட்ட அப்புடிச் சொல்ல முடியாதே சார்!”

“ஏன் சொல்றீங்க? அட்மிஷன் ஃபார்ம்ல கையெழுத்த வாங்கிக்கிங்க. இந்த வருசம் முடிஞ்சதும் அவங்க அப்பாவ டிசிய வாங்கி போஸ்ட்ல அனுப்பச் சொல்லுங்க அடுத்த வருசம் அட்மிஷன் போட்டுக்கலாம். அதுவுமில்லாம மாவட்டம்விட்டு மாவட்டம் வர்ற கொழந்தைகளுக்கு ‘எம்மிஸ்ல’ நம்பர்க் கொண்டு வர்றதுதான் பெரிய தலைவலி.”

இவங்க அம்மாவ வரச் சொல்லி விடவா சார்”

“ம், வரச்சொல்லி அட்மிஷன் விண்ணப்பத்துல கையெழுத்து வாங்கிக்கிங்க. அப்புறம் இன்னக்கி தேதி 12. இனி சனி, ஞாயிறு போயிட்டா 5 நாள்தான் ஸ்கூல், ரெக்கார்ட்டு வொர்க்க முடிக்கணும். உங்களுக்கு இந்த மாசமே சம்பளம். இங்க வர்ற மாதிரி 70-ல கொண்டுபோகணும். நெறைய வேலை இருக்கு” (70- ஆசிரியர்களின் சம்பளம் சம்மந்தமான பதிவேடு).

“ஓகே சார்!”

“நேத்தே டிஎஸ்ஆர் போஸ்ட்ல அனுப்பிட்டாங்க சார்!” (டி.ஆர்.எஸ்.- ஆசிரியர் அரசு ஊழியர்களின் முழுவிவரப் பதிவேடு.)

“ஓ, வெரிகுட்! பெரிய மண்டவலி தீந்தது.”

“ஆச்சர்யமா இருக்கு. எப்பிடி இவ்ளோ சீக்கிரம் டி.எஸ்.ஆர். வாங்குனீங்க?”

“அங்க எங்கூட வேலபாத்த டீச்சரோட வீட்டுக்காரர். கிளர்க்கா இருக்கார். அவர்தான் சைன் வாங்கி அனுப்பினார்.”

“அதேன பாத்தே... இது பெரிய இம்ச புடிச்ச வேலையே, எனக்குத் தெரிஞ்ச ஒரு டீச்சர் திருப்பூர்லதான் வேல செஞ்சாங்க, ஏ.இஇ.ஓ. ஆபீஸ் திருப்பூர்ல, டீ.இ.ஓ. ஆபீஸ் கோயமுத்தூர்ல (மாவட்டம் பிரிப்பதற்கு முன்பு) கிட்டத்தட்ட அஞ்சு தடவ அலைஞ்சு ஆறாவது முறை!” இப்ப குடுக்குறீங்களா நேரா கலக்டர் ஆபீஸ் போகவா?ன்னு கேக்கவும், இருந்து வாங்கிட்டுப் போங்க’ன்னு சாயந்தரம் ஆறு மணிக்கு கைலக் குடுத்திருக்காங்க. அத எடுங்க பாப்பம்.”

கவிதா பீரோவைத் திறந்து டி.எஸ்.ஆர்.ஐ. எடுத்துக் கொடுத்தாள்.

அவர் அதைப் புரட்டிப் பார்த்துவிட்டு,

"இதுவரைக்கும் ஒரு இ.எல். ஒரு எம்.எல் எதுவும் எடுக்கலபோல?"

"நான் 12 நாள் தற்செயல் விடுப்பையே முழுசா எடுக்க மாட்டேன் சார்!"

"ம், அவ்ளோ அர்ப்பணிப்போட இருக்கீங்க."

"அர்ப்பணிப்பு இல்ல சார்! ஈடுபாடு."

"அது உண்மதான். டீச்சர் உங்க மாறுதல் உத்தரவு நகல இதுல ஒண்ண ஒட்டி வச்சிருங்க. மிச்சத்த நான் பாத்துக்குறேன். நீங்க வகுப்புக்குப் போங்க. அந்தப் பசங்களோட அம்மாவ வரச்சொல்லி விடுங்க. நான் பேசிக்கிறேன்."

"சரி சார்!"

குழந்தைகளை அழைத்துக்கொண்டு வகுப்பறைக்குள் நுழைந்தாள். ரவியையும் ஐஸ்வர்யாவையும், ராஜேஷ்கண்ணாவையும் தலைமையாசிரியரின் வகுப்பறைக்கு அனுப்பிவிட்டு சூர்யாவையும் ஜானகியையும் பாண்டிச்செல்வம், மலர்க்கொடி மற்றும் அண்டர் ஏஜ் மணிகண்டன், மலர் ஆகியோரைத் தன்னைச் சுற்றியும் அமர வைத்துக்கொண்டாள்.

இன்று வந்து சேர்த்த இவர்களது அப்பாவிற்கு மனது மாறிவிடக் கூடாது என்று வேண்டிக்கொண்டாள். இவர்களது அம்மாவின் அலைபேசி எண்ணை வாங்கி வைத்துக் கொள்ள வேண்டும். ஏதாவது ஓர் உதவி கேட்டாலும்கூடச் செய்து கொடுக்க வேண்டும்.

16

மன்மத ராசா மடிப்பு கலையாத உடை உடுத்தி, பவுடர் பூசி திருநீர் இட்டு, குங்குமம் வைத்து, சட்டைக்கு சற்றும் பொருந்தாத கோடு போட்ட புளூ கலர் குட்டை டர்க்கி துண்டை தோளில் போட்டு, மஞ்சள் சீப்பு வெளியில் தெரியும்படி வைத்து, பஞ்சர் கடையில் அமர்ந்து பட்டையடிக்காமல் பார்த்துக்கொண்டிருந்தான்.

சிற்றுந்து புறப்பட்டுச் செல்லும் வரை குழந்தைகள் இருந்து டாட்டா காட்டிவிட்டுச் சென்றார்கள். குழந்தைகளுக்கு நான் எவ்வளவு சம்பளம் வாங்குகிறேன் என்று தெரியாது. தெரிந்தாலும் அதை ஒப்பிட்டுப் பார்க்கத் தெரியாது. தெரிந்துவிட்டால் இந்தக் குழந்தைகளிடம்கூட இவ்வளவு கருணையை எதிர்பார்க்க முடியாது.

இன்று நிகழ்ந்தவை மனதைவிட்டு அகலாமல் கண்ணில் கருவிழிக்குள் ஒட்டிக்கொண்ட தூசுபோல உறுத்திக் கொண்டே இருந்தது. தூசை எடுக்க அவசரப்பட்டால் கண்களுக்கே ஏதாவது சேதாரம் நேர்ந்துவிடலாம். இந்தப் பிரச்சனையை வெகு ஜாக்கிரதையாக கையாளவிட்டால் பழியை நம்மீது சுமத்திவிடவும் வாய்ப்பிருக்கிறது.

கவிதா இந்த விசயத்தை கனகாவின் காதுகளுக்கு கொண்டு செல்லலாம் என்று முடிவு செய்தாள்.

சிற்றுந்து நகர்ந்து சென்றுகொண்டிருந்தது. கீரை பாட்டி, தான் அமர்ந்திருந்த இடத்திலிருந்து வந்து கவிதாவின் அருகில் அமர்ந்து கொண்டாள்.

"என்ன பாட்டி! கீரையெல்லாம் வித்தாச்சா?"

"ம்... வித்திருச்சித்தா" இந்தா ஒனக்கொசரம் கொண்டாந்தேன்... இந்தா."

ஒரு ஈரத்துணியில் சுற்றப்பட்ட கீரையை எடுத்துக்கொடுக்க...

"காசு குடுத்துதே வாங்கிக்குவேன்."

"சரித்தா... குடு."

தன் பர்ஸிலிருந்து பத்து ரூபாயை எடுத்து பாட்டியிடம் நீட்ட... வாங்கி கண்களில் ஒற்றிக்கொண்டு சுருக்குப்பையில் திணித்தாள்.

“ஏந்தாயி! பாட்டி ஒரு ஒதவி கேட்டேனே?”

“ஷ்... மறந்துட்டேன். ஒன்னும் பெரிய விசயமில்ல, இன்னக்கி ராத்திரி எப்பிடியும் விசாரிச்சிட்டு நாளைக்கி காலைல சொல்லிருக்றேன். இருந்தாலும் பொம்பளப்புள்ள சொந்தம் பந்தம் ஆரும் பாத்துக்கமாட்டாகளா பாட்டி”

கிழவியின் முகம் வடுமாங்காயாய்ச் சட்டென சுருங்கிவிட்டது. உட்கார்ந்தபடியே கைகளைப் பிசைந்தாள். எச்சிலை விழுங்கிவிட்டு,

“இல்லத்தா! பாக்க மாட்டாக. பொட்டச்சிறுக்கிய ஆரு பாப்பாக? ஒனக்குப் புண்ணியமாப் போகட்டும், ஏதாச்சும் நல்லதா பாத்து சொல்லுத்தா! அங்க வுட்டுட்டா அப்பப்ப போயிப் பாத்துக்குவேன்.”

உதவி செய்ய மறுத்து விடுவார்களோ என்ற பதற்றம் கிழவியின் கண்களில் தெரிந்தது.

“சரி பாட்டி! நான் விசாரிக்கிறேன். வண்டி நிக்கப்போகுது. பாத்து சூதானமா எறங்குங்க.”

கிழவி கையெடுத்துக் கும்பிட்டுவிட்டு கலங்கும் கண்களையும் மூக்கையும் முந்தானையில் துடைத்துக்கொண்டு, கூடையை ஒரு கையிலும் கம்பியை ஒரு கையிலும் புடித்து சற்று சிரமப்பட்டு எழுந்து நின்று, வண்டி நிற்கவும் மெதுவாக இறங்கினாள்.

கவிதாவின் சிந்தனை கண்ணதாசனின் கவிதை வரிகளில் சென்று நின்றுகொண்டது.

‘‘மயக்கமா கலக்கமா

மனதிலே குழப்பமா

வாழ்க்கையில் நடுக்கமா...

... ...

... ...

உனக்கும் கீழே

உள்ளவர் கோடி

நினைத்துப் பார்த்து

நிம்மதி நாடு.’’

‘இவ்வளவு துயரங்களும் ஏன் பெண்களை நோக்கியே படையெடுத்து வருகின்றன? என்ற எண்ணம், பெண்ணாய்ப் பிறப்பதே பாவம் என்று காலங்காலமாகச் சொல்லப்படும் வார்த்தை ஒருவேளை உண்மைதானோ?’

கனகாவிடம் இருந்து வந்த அலைபேசி அழைப்பு சிந்தனையைக் கலைத்துப் போட்டது.

“சொல்லு கனகா! எப்பிடி இருக்க?”

“நல்லாருக்கேன், ஆமா இப்ப நீ எங்க இருக்க?”

“.........ம்......... சின்னமனூர்ல எறங்கப்போறேன்.”

“ஏய்... எறங்கி அங்கனயே ஒரு பத்து நிமிசம் நில்லு, வந்திர்றேன்.”

“சரிடி... வா.”

சிற்றுந்து நின்றதும் இறங்கினாள், அப்பாவிற்குச் சில மாத்திரைகள் வாங்கவேண்டியிருந்ததால். சென்று வாங்கிக் கொண்டு மெடிக்கலைவிட்டு இறங்கும்போது எதேச்சையாக எதிர்த் திசையில் பார்க்க... அந்த டீக் கடையில் அவன் தன் இத்துப்போன எம் 80 வண்டியில் நின்று கவிதாவையே பார்த்துக் கொண்டிருந்தான். கவிதாவிற்குக் குப்பென வியர்த்துவிட்டது. படபடவென இதயம் அடித்துக்கொண்டது. ஓர் அம்மா வைத்திருந்த சிறிய பழக்கடை மறைவில் மறைந்து நின்று கொண்டாள். தண்ணீரை எடுத்து, பாட்டில் தீரும்வரை குடித்தாள். நல்லவேளையாக அதிக நேரம் காத்திருக்க வைக்காமல் கனகா தன் கணவனுடன் வண்டியில் வந்து இறங்கினாள்.

“ரொம்ப நேரம் நின்னிருந்தயா?”

“இல்ல, இப்பதான் வந்தேன்.”

“ஏங்க... அட, மண்டையில இருக்குற அந்தச் சட்டியக் கழட்டுங்க. ஏஞ் செல்லக்குட்டி மொசரக் கட்டையப் பாக்கட்டும். இந்த மூஞ்சிக்கி சொந்தக்காரு இவரு தான்டி எம்புருசே. ஏங்க! இவதே என்னோட பிரண்டு. ரெண்டு பேருல யாராவது ஒருத்தர் ஆம்பளயாப் பொறந்திருந்தா நாங்களே கல்யாணம் செஞ்சிருப்போம்”.

“ஏய், என்னடி இதெல்லாம், வணக்கம் சார்! இவளப்பத்தி உங்களுக்குத் தெரியாதா?”

“பழகிடுச்சும்மா, சரி, நீங்க கடைக்குப் போங்க. நான் மார்க்கையன்கோட்டை வரைக்கும் போயிட்டு வந்தர்றேன்.”

"ம் பாத்து... பெறாக்குப் பாக்காம வண்டிய ஓட்டிட்டுப் போங்க, நீ வாடி! அட ஏன்டி, ஓம் மூஞ்சி எங்காத்தா சீதனமாக் குடுத்த அடி வாங்குன சருவ சட்டி மாரி இருக்கு?"

"தல வலிக்குதும்மா! மொதல்ல ஒரு டீயச் சாப்பிடுவோம்."

"வா... லஞ்ச்ஹோம்ல சாப்பிடுவோம். நல்லாருக்கும்."

கனகா, கவிதாவைக் குழந்தையைப் பிடிப்பதைப்போல் கையைக் கோர்த்துப் பிடித்துக்கொண்டாள்.

"கனகா சட்டுன்னு திரும்பாத, எதுத்தாப்ல ஒரு டீக்கட இருக்குல்ல... அங்க வெள்ளச்சட்ட, வேட்டிய உடுத்திக்கிட்டு நல்ல எண்ண தேச்சி வகிடெடுத்துச் சீவி ஒருத்தன் நிக்கிறான் பாரு. ஏய் மெதுவா."

கனகா எதேச்சையாக திரும்புவதைப்போல் திரும்பி அவனைப் பார்க்க...

"அட ஆமா, போண்டா கோழி முழிக்கிற, மாதிரி முழிக்கிறானே என்ன மைனரா?"

"ஏய்... எப்பிட்றீ?"

"அட நீ வேற, ஊருக்கு ரெண்டு தறுதல இப்பிடித்தான்டி அலையுது. அதுலையும் டீச்சருங்களயே குறிவச்சி ரவுண்டு கட்டுவானுங்க. அப்பிடி என்னத்தக் கண்டானுங்களோ? டீச்சருங்ககிட்ட... சரி விடு, பாத்திருவோம்."

இருவரும் அவன் இருக்கும் கடைக்கு நேராக ரோட்டைக் கடந்து சென்றார்கள்.

"நீ எனக்கு லெப்ட்லயே நடந்து வாடி!"

"இதப் பார்ரா... சரி வா நானும் அந்த மன்மதன் மூஞ்சிய பக்கத்துல ஒரு தடவ பாத்துக்கிறேன்."

மெதுவாக அவனைக் கடந்தார்கள். அவன் ஒரு நொடி கூடக் கனகாவைப் பார்க்கவில்லை. இமை கொட்டாமல் கடக்கத் துவங்கியதிலிருந்து கடந்து அவளைத் தாண்டும் வரை பார்த்தான். பார்த்துக்கொண்டேயிருந்தான்.

"த்தூ... கண்ணுல, நாடிநரம்புல எல்லாம் அப்பிடியே காமம் ஊறிப் போயல்ல கெடக்கு, இவங்கிட்ட கெழவி சிக்குனாக்கூட செத்தாடியாத்தா!"

லஞ்ச் ஹோமிற்குள் நுழைந்தார்கள். ஓரமாக ஒரு டேபிளைத் தேடி அமர்ந்துகொண்டார்கள். சர்வர் தண்ணீர் கொண்டுவந்து வைக்க, முழுவதுமாகக் குடித்து முடித்தாள் கவிதா.... படபடப்பிலும் தண்ணீர் குடித்ததற்கும் உடல் முழுதும் வியர்த்தது.

“ஏய், பஜ்ஜி சாப்பிடலாம்பா!”

“ம்... ”

“முருகா... முருகய்யா... ரெண்டு தட்டு பஜ்ஜி சட்டினிய நல்லா முங்கவுட்டு கொண்டுக்குவா, மைல்கல்லுக்கு வெள்ளயடிச்ச மாதிரி சட்டினிய பஜ்ஜியில தடவி கொண்டுக்கு வராத.”

சர்வர் வழிந்தான்.

“ஹி ஹி ... சரிங்க டீச்சர்!”

“ஏய்! என்னடி அப்பிடிப் பாக்குற? ரெகுலறா வர்றம்ல.”

கனகா கடையின் வெளியே எதிர்த் திசையில் பார்க்க..

“அட பயபுள்ள! அந்த மைனரைப் பாருடி, தள்ளுவண்டி பக்கத்துல பலாச்சுளைய வாங்குற மாதிரி, அப்பிடிப் போடு. நீ டென்ஷன் ஆகுறதுலையும் அர்த்தமிருக்கு. ஒண்ணு செய்யி. பழசு ஒண்ணு இருக்குன்னு சொல்லுவியே, அவரவிட்டு இவன்ட பேசச்சொல்லு. பயபுள்ள அடங்கலைன்னா சொல்லு. அக்கா மருமகன்தான் ஏரியா எஸ்.ஐ. விட்டு நாலு எத்து எத்தச் சொல்லுவோம், இல்லன்னா, நம்ம பிருந்தாகுமாரி டீச்சர் அதாண்டி அன்னக்கி சொன்னேனே. அவகளவிட்டு இன்ஸ்பெக்டர்கிட்டயே பேசச் சொல்லுவோம். டீச்சர் சொன்னா இன்ஸ் அப்படியே செய்வாரு.”

“அய்யோ! போலீஸா? வேணாம்டி... ஐயாகிட்டயே பேசச் சொல்வோம்.”

“ஆமா, இவம் பொண்டாட்டி எப்பிடி இருப்பா?”

“யாருக்குத் தெரியும்?”

“எப்டி இருந்தாலும் சொரட்ட நாயிங்க எச்சிச் சோத்துக்கு அலையுறதுதான... சரி அதவுடு... பாப்பா, அப்பா ரெண்டு பேரும் எப்பிடி இருக்காங்க?”

“ம்... அப்பாவுக்கு இப்பத் தேவலாம், பாப்பா அக்கம் பக்கம் நல்லா ஒட்டிக்கிட்டா.”

சர்வர் வந்து முன்பக்கமாகக் கையை இடுப்புக்கு நேராகக் கட்டிக்கொண்டு பவ்யமாக நின்றான்.

“முருகா! பின்னாடி கையக்கட்டி கெத்தா நில்லு. சொங்கிப்பய மாதிரி முன்னாடி கையப் புடிச்சி டொங்கிரி மாதிரி நிக்கிற.”

“ஹி... ஹி... சரிங்க டீச்சர்!”

“ரெண்டு காபி, சக்கர சும்மா தூக்கலா போட்டு எடுத்துட்டு வா. நாக்குல இனிப்பு ராத்திரி சோத்த முழுங்கந்தண்டியும் நின்னு பேசணும்.”

“ஹி... ஹி... சரிங்க டீச்சர்!”

“எப்டி ஆள ரெடி பண்ணி வச்சிருக்கேம் பாரு?”

“ம்... நல்லாத்தே இருக்கு.”

“அதுசரி... சரி நம்ம விசயத்துக்கு வருவோம்.”

திடீரென முந்தானையைச் சரிசெய்துகொண்டு...

“என்னடி?”

“கொஞ்சம் அங்கிட்டும் இங்குட்டும் வெலகவிட மாட்டாய்ங்க. ஒரு விசயத்தப் பேச விடுறாய்ங்களா?... இங்க பாரு, நீ எதுக்கும் கவலப்படாத, ஒரு போன் அடி. அப்டியே மின்னல்மாதிரி வந்து நிப்பேன். எதுன்னாலும் என்னைய மனசுல நெனச்சுக்க, நான் ஒரு பவர் பாய்ண்ட்மாதிரி சர்ர்ருன்னு சார்ஜ் ஏறிடும். கவலதான்டி மனுசனுக்குப் பாதி வியாதியே. கவலையத் தூக்கிப்போடு. என்ன மிஞ்சி மிஞ்சிப் போனா சாவு வருமா? என்னக்கோ ஒரு நா வர்றதுதான?”

கவிதா ஆசுவாசப்பட்டாள், காபி தொண்டையில் இதமாக இறங்கி நரம்புகளுக்கு ஒரு புத்துணர்ச்சியைக் கொடுத்தது.

“இவம் பிரச்சனைல ஒரு முக்கியமான விசயத்தச் சொல்ல மறந்துட்டேன் பாரு. எங்கூட கீர விக்கிற கெழவி வரும்ன்னு சொலவேன்ல?”

“ஆமா... ஒரு பொம்பளப்புள்ளைய வச்சிக்கிட்டு...”

“அந்தப் புள்ளயக் கொண்டுபோய்ச் சேக்குறதுக்கு ஒரு நம்பிக்கையான அனாத ஆசிரமம் இருந்தா சொல்டீ அந்தப் பாட்டி அழுகுறதப் பாத்தா மனசு கேக்கமாட்டங்குது!”

“அட! இது பெரிய விசயமா? தேனில. கோடாங்கிப் பட்டியில, மனிதநேய அறக்கட்டளைன்னு ஒண்ணு இருக்கு, பால்பாண்டிங்கிறவர்தான் நடத்துறார். அந்தப் புள்ளகளுக்காகவே மனுசன் கல்யாணம்கூட செஞ்சிக்காம இருக்காரு, பொம்பளப்புள்ளகள நம்பி விடலாம். டைரில போன் நம்பர் இருக்கு. நைட்டு பேசிட்டுச் சொல்றேன்.”

கவிதாவிற்குக் கனகாவின் வார்த்தைகள் இதமாக இருந்தன. மகேஷைத் தவிர்த்து இப்படி நம்பிக்கையுடன் ஒருவரும் பேசியதில்லை. நம்பிக்கை வார்த்தைகளைப் போன்ற அருமருந்து துயரத்திற்கு இதுவரை கண்டுபிடிக்கப்படவில்லை.

சர்வர் பில்லைக் கொண்டுவர... கவிதா சட்டென பிடுங்கிக் கொண்டாள்.

“இன்னக்கி பில்லு நான்தான் குடுப்பேன். அதுவுமில்லாம, பசங்களுக்கு எதுனா வாங்கித் தர்றேன், மரியாதையா வாங்கிட்டுப் போகணும்.”

“சரிடியாத்தா! கண்ணழகி எம் புஜ்ஜி!”

சர்வர் வெட்கத்தில் நெளிந்தான்.

“போதும் போதும் எந்திரி.”

“அடி எஞ் செல்லத்த கொஞ்சுறதுக்குக் யாருடி என்னா சொல்லுவாங்க?”

“அலோ! இது பப்ளிக்... ச்சீ வா”

கவிதாவை ஆழ்ந்து நேசிக்கும் ஒரு ஜீவன் கனகா. இந்த உறவு மீண்டும் துளிர்த்திருப்பது இறைவன் காட்டும் கருணைதான். பாலை நிலத்திலும் ஈரக்காற்று இருப்பதைப்போல பனிமலையிலும் வெப்ப நீரூற்று பொங்குவதைப்போல கனகா கவிதாவிற்குத் திரும்பக் கிடைத்தாள். ஆண்கள் எந்நிலையிலும் தங்கள் நட்பை தொடர்ந்து விடுவார்கள். பெண் நட்பு விலகிவிட்டால் அவ்வளவு சுலபத்தில் ஒன்று சேராது. ஆனால், அது கவிதாவின் வாழ்வில் கோடியில் ஒன்றாய் நிகழ்ந்து விட்டது.

17

“ஐயா எப்படி சொல்றதுன்னு தெரியலைங்கய்யா!”

“மிஸ்! நான் சொல்றேன் மிஸ்”

“ஏய் சும்மாரு”

“விடும்மா! யாரு சொன்னா என்ன?”

“தாத்தா! அந்த முக்குத்தெரு வீடு இருக்குல்ல, அதான் தாத்தா ராஜவேல்...”

“ஓ... ஆரம்பிச்சிட்டானா... பேரச்சொன்ன ஒடனே புரிஞ்சிடுச்சும்மா... போன வாரங்கூடக் பக்கத்தூர்ல செருப்படி வாங்குனான். அதக் கேள்விப்பட்டு அவம் பொண்டாட்டி வெளக்குமாத்துல அடிச்சிருக்கா... வுடும்மா! நான் பாத்துக்கிறேன். சொரட்டக் கழுதம்மா. சின்னப் புள்ளகள வச்சிக்கிட்டு சில வெசயம் பேசக்கூடாது. ஒண்ணும் மனசுல போட்டு ஒலப்பிக்காத. நானு, அவனோட தாய்மாமன் ஒருத்தன் இருக்கான். சொல்லி வைக்கச்சொல்லி சொல்றேன். மீறியும் ஏதாச்சும் செஞ்சா பாத்துக்கலாம்.”

“சரிங்கய்யா! பிரச்சனை வேணாம், நான் வெளியூரு வேற.”

“அட, அவன நாய்கூட மதிக்காது. அதவுடும்மா... ஆமா, 20 தேதியோட பள்ளிக்கூடம் லீவுன்னு சொன்னீங்க... பிள்ளகளச் சேக்க என்ன திட்டம் வச்சிருக்கீங்க..?

“பெரிய கொடுமைங்கய்யா... நேத்துதான் சென்சஸ் எழுதி முடிச்சேன். நம்ம ஊர்லயே 18 புள்ளக பத்து வயசுக்குக் கீழ இருக்காங்க. அதுல மூணு புள்ளகதான் நம்ம பள்ளிக்கூடத்துல இருக்கு... மீதி 15 பேர் RTE திட்டத்துல காமாச்சிப்பட்டி இங்லீஸ் ஸ்கூலுக்குப் போகுதுங்க. அவங்க கயிறு மில்லு ஓட்டுறாங்க போலிருக்கு. அங்க வேல செய்யிற ஆட்களக் கூப்பிடுறப்ப இந்தப் புள்ளகளையும் கூட்டிட்டுப் போயிருவாங்கபோல. அந்தப் புள்ளக மட்டும் இங்க படிச்சாகூடப் போதுங்கய்யா!

“அதெப்பிடிம்மா! நாம அந்தப் புள்ளகள நிப்பாட்ட முடியும்? அரசாங்கம் இங்கிருந்து கையப் புடிச்சிக்கொண்டு போயி அங்க

விட்டதுக்கப்புறமா இதப்பத்தி நாம பேசுனா அது அரச துரோகம். நாம இருக்குறத சேர்க்குறதுக்கு மல்லுக் கட்டுவோம். இருந்தாலும் சொல்லாம இருக்க முடியாது. நாம சொல்லலைன்னா யாரு சொல்லுவா?. இங்க சுத்தியும் இருக்குற சின்னச் சின்னப் பள்ளிக் கூடத்துல இத்தன பேருக்கு இந்தாருக்குன்னு தெரியுது. பெரிய பெரிய பள்ளிக்கூடத்துல ஆயிரம் ரெண்டாயிரம் பேர் படிக்கிறப்ப இந்தத் திட்டத்துல யார் யார் இருக்கா? உண்மையிலே, பெத்தவங்ககிட்ட பணம் வாங்காம இருக்காங்களான்னு அரசாங்கம் விசாரிச்சா பணம் குடுக்கும், ஆனா ஒரு முதியோர் பணம் கேட்டு விண்ணப்பங்குடுத்தா எம்புட்டு விசாரணை? அந்த ஆயிரத்து ஐநூறு ரூவாய்க்கு. இதல்லாம் யாருகிட்ட சொல்லி யாரு சரி பண்ண? சரி, நீ சொல்ல வந்ததச் சொலும்மா!"

"அப்புறங்கய்யா! நேத்து வந்த ரெண்டு புள்ளகளுக்கு அட்மிஷன் போட்டுக்கலாம். அந்த சமத்துவபுரம் சொன்னீங்கல்லய்யா, ஏதாச்சும் வண்டி ஆட்டோ ரெடிபண்ணி சேக்கலாம்னு இருக்கோம். யாராச்சும் முந்துறதுக்கு முன்னாடி, நாங்க போறப்ப உங்களுக்குச் சொல்லி அனுப்புறேன்."

"சரிம்மா! நான் வர்றேன்."

"அய்யா!"

"அட! இவன் விசயந்தேன? அத நான் பாத்துக்கிறேன்."

என்று கூறிக்கொண்டே ராமசாமி வாத்தியார் சென்றுவிட்டார்.

கவிதாவிற்கு ஏதாவது குடிக்கச் சூடாய் இருந்தால் பரவாயில்லை என்று தோன்றியது. பையைத் திறந்து பிளாஸ்கை எடுத்துக் கொண்டு அலுவலகத்தின் மறைக்கப்பட்ட சிறிய பகுதியில் இருந்த நாற்காலியில் அமர்ந்தாள். அது ஒரு பழைய மர நாற்காலி; அது அமரும்போதே கிரீச் கிரீச் சத்தம் கொடுத்து ஆட்டம் காட்டியது. 'இதை சரிசெய்து நாம் பயன்படுத்த வேண்டும். இப்போது இருக்கும் பலரும் இப்படிப்பட்ட மர நாற்காலியில் அமர்வதை கௌரவக் குறைச்சலாக எண்ணுகிறார்கள்.'

கவிதாவிற்கு மரச்சாமான்களில் செய்யப்பட்ட பொருள்கள் என்றால் அலாதிப் பிரியம்தான். அதிலும் பழைய மரச்சாமான்கள் என்றால் அதில் உள்ள செய்நேர்த்தி கவிதாவிற்கு மிகவும் பிடிக்கும். அப்பா எப்போதும் அமரும் அந்த மரச் சாய்வு நாற்காலி, 'இந்தியன்' படத்தில் கமல் பயன்படுத்தும் மடக்கு கை கொண்ட அந்த சாய்வு நாற்காலி மிகவும் பிடித்த ஒன்று. இந்த

நாற்காலியைச் சரி செய்வதற்கான ஏற்பாட்டை செய்ய வேண்டும். காபியை ஒரு மிடறு குடிக்கவும் அது தொண்டையைத்தாண்டி இதமாகப் பயணிக்கவும் கொஞ்சம் இறுக்கம் தளர்ந்து மனமும் உடலும் கொஞ்சம் கண்பார்வையும்கூடத் தெளிவடைந்தது. குடித்து முடித்துவிட்டு மெல்ல சாய்ந்து கொஞ்சம் கண்களை மூட, கனகாவிடமிருந்து போன்...

“சொல்றீ”

“என்னாச்சு மன்மத ராசா பிரச்சன?”

“அய்யாகிட்ட சொல்லிட்டேன், அவரு பேரச் சொன்ன உடன புரிஞ்சிக்கிட்டாரு. அந்தப் பிரச்சனய நான் பாத்துக்கிறேன். நீ ஒன்னும் கவலப்பட வேணாம்னு சொல்லிட்டார்.”

“அப்ப சரி, அத வுடு. ஆமா... அந்த கீரப்பாட்டி பேத்திக்கி, மனித நேய அறக்கட்டளைல பேசிட்டேன். அவரு கொண்டுவந்து விடச் சொன்னாரு. நான்தான் கிழவியோட சூழ்நிலைய எடுத்துச் சொல்லி வந்து கூட்டிட்டுப் போகச் சொல்லிருக்கேன். அந்தப் பாட்டிய நாளைக்கி வீட்டுல இருக்கச் சொல்லு. பேர் விவரம் எல்லாம் எனக்கு அனுப்பு. நான் அவருக்கு அனுப்பி விடுறேன்.”

“சரிடி! ரொம்ப தேங்ஸ்! நான் ஈவ்னிங் பாட்டியப் பார்ப்பேன், சொல்லிடுறேன்.”

“சரி! நான் நைட் பேசுறேன். பை!”

“OK பை!”

ஆஹா! பெரிய மனக் குமுறல் தீர்ந்தது. பாப்பா மட்டும் என்னுடன் இல்லையென்றால் நானே இதைச் செய்திருப்பேன். பாவம் பெண்களைப் பாதுகாப்பதுதான் மிகப் பெரிய சவாலாக இருக்கிறது. இந்த நிலை ஆண்களுக்கு இல்லையா என்றால், இருக்கிறது. ஆனால் பெண்கள் அளவிற்கு இல்லை. மகேஷ்க்கு இருந்த துணிச்சல் எனக்கு இருக்க முடியாது. நானும் சித்ராவும் அடைந்த இன்னல்களை நான் இறந்து மகேஷ் உயிருடன் இருந்திருந்தால் அடைந்திருப்பானா என்றால் நிச்சயமாக இல்லை.

ஒரு குழந்தையோடு வரும் ஆணை எந்தவித எதிர்பார்ப்பும் இல்லாமல் ஒரு பெண் ஏற்றுக்கொள்வதைப்போல், பெண் ஓர் ஆணை ஏற்றுக்கொள்வதற்கான காரணம் ஓர் அனிச்சையான பாதுகாப்பு உணர்வுதான். இந்த அனிச்சை உணர்வைப் பல ஆண்கள் தங்களுக்குச் சாதகமாகப் பயன்படுத்திக்கொள்வார்கள்.

18

கவிதா வீட்டிற்குள் நுழையும்போதே அப்பா வாசலில் சேர் போட்டு அமர்ந்து லுங்கியை ஊசி, நூல்கொண்டு தைத்துக் கொண்டிருந்தார்.

“வாம்மா! என்ன இன்னிக்கி லேட்டா”

“ஆமாப்பா! கீரப்பாட்டி இருக்குல்ல, ஐயோ அப்பா! ஏம்பா, எத்தன தடவ சொல்லியிருக்கேன், வள்ளிகிட்ட குடுத்தா மெசின்ல தச்சிக்குடுத்துட்டுப் போறா. கையில தச்சிக்கிட்டு, ஏம்பா அசிங்கப்படுத்துற?”

“இதுல என்னம்மா அசிங்கம், நானு எந்தக் கச்சேரி, காரியத்துக்குப் போகப்போறேன். நீ நடந்த விசயத்துக்கு வாம்மா!”

“நீ என்ன சொன்னாலும் திருந்தமாட்ட, ஹீம்... அந்தப் பாட்டியோட பேத்திய ஒரு ஆசிரமத்துல சேக்குறதுக்கு ஏற்பாடு செஞ்கிருக்கேன். கனகாதான் பாத்துச் சொன்னா, அத அந்தப் பாடடிகிட்ட போயி சொல்லிட்டு வந்தேன். அந்தப் பாட்டி இன்னக்கின்னு பஸ்ல வரல. வீட்ட கண்டுபிடிக்கிறது பெரும்பாடாப்போச்சு. “

“பாத்தும்மா! பொம்பளப் புள்ளங்க சமாச்சாரம், நாளைக்கி ஏதாச்சும்ன்னா ஒந்தலை உருளப்போகுது.”

”எல்லாரும் பயந்து ஒதுங்கிட்டா எப்பிடிப்பா..?”

அப்படியே பக்கத்தில் பையை வைத்துவிட்டுக் கீழே அமர்ந்து கொண்டாள். கடையில் வாங்கி வந்த சமோசாவை எடுத்துக் கொடுத்தாள்.

“பாப்பா எங்கப்பா?”

“அது கேக்காமயே பாக்கெட்டுல காச எடுத்துக்கிட்டு அந்தா அங்க போய் நின்னு... ‘தாத்தா! நான் சட்டைல இருந்து 10.ரூ எடுத்துக்கிட்டேன், குக்குரே வாங்கப் போறேன்னு ஓடுது.”

“ஐயோ... இந்தப் புள்ளய என்னதான் செய்யவோ...? வரட்டும் ரெண்டு இழுப்பு இழுத்தால்தான் சரியாவரும்?.”

எழுந்து உள்ளே சென்றாள்.

அப்பா தைத்து முடித்துவிட்டு, லுங்கியை உதறி தைத்ததைச் சரிபார்த்தார். ஓரளவு மன நிம்மதி அடைந்தார். சாதாரணமாக ஒருநாளைக்குமேல் லுங்கியை உடுத்த மாட்டார். அவர் அணிந்திருக்கையில் அதில் சுருக்கம் தென்படக்கூடாது என்று நினைப்பார்.

ஒரு முறை தேனியில் பகவதி அம்மன் கோவில் தெருவில் உள்ள ஒரு கடையில் லுங்கி ஒன்றை வாங்க.. அது 'டேமேஜ்' ஆனதை வீட்டில் வந்து பார்த்துவிட்டு மறுநாள் சென்று மாற்றிக் கொடுக்கும்படி கேட்டார். அந்த ஊழியர் 'ஐயா! இது ஸ்டிக்கர்' ஒட்டிய இடம். அதைப் பிடித்து எடுக்கும்போது நூல் கொஞ்சம் ஒட்டிக்கொண்டு வந்ததனால் சிறிய சுருக்கம்' என்று கூறி மாற்ற மறுத்து விட்டார். அங்கே கடையின் வாசலில் லுங்கியை தலையில் முக்காடு போட்டபடி அமர்ந்துகொண்டார். அதை மாற்றிக் கொடுத்த பின்புதான் தர்ணாவைக் கைவிட்டு வீட்டுக்கு வந்தார். அப்படிப்பட்ட ஒரு நபர் கிழிந்த லுங்கியை ஊசி, நூல் கொண்டு தைத்து உடுத்தும்படியான சூழல். இந்தக் கால மாற்றத்தை நினைத்து தனக்குள்ளே வெறுப்பாய் சிரித்துக்கொண்டாள்.

கவிதா ஒரு டம்ளரில் தனக்கும் ஒன்றில் அப்பாவுக்குமான டீயைக் கலந்துகொண்டு வந்தாள்.

"அப்பா! அத ஓரமா வச்சிட்டு டீயக் குடிப்பா ஆத்தித்தான் எடுத்துட்டு வந்தேன்."

டீயை வாங்கி கையில் வைத்தபடி கவிதாவை ஊன்றி ஒருமுறை பார்த்தார். பின்பு ஒரு மிடறு டீயைக் குடித்து, மெதுவாய் விழுங்கிவிட்டு,

"ஏம்மா... அங்க முதியோர் இல்லம் எதுனா நடத்துறாங்களா...?

"ம் நடத்துறாங்களே... அங்... ஆமா எதுக்கு அத நீ கேக்குற"

"இல்ல... சும்மா கேட்டேன்..."

"என்ன சும்மா கேட்டேன்..? நான் திருவண்ணாமலைல வேல பாத்தது எப்படிப்பட்ட ஸ்கூல் தெரியுமா? என்னையும் சேத்து 15 பேர் வேல செஞ்சோம். ரிட்டேடு ஆகுற வரைக்கும் ஒரு பிரச்சனையும் இல்ல. அங்க இருக்க ஒரு வாரம்கூட ஒன்னோட ஒடம்புக்கு ஒத்துக்கல. எதுக்கு இவ்ளோ கஷ்டப்பட்டு இங்க

வந்து, இப்ப எப்படிக் கஷ்டப்பட்டுக்கிட்டிருக்கேன்னு பாக்காம கொஞ்சமும் யோசிக்காம பட்டுன்னு பேசுற?”

அவர் அதற்குள் காபியைக் குடித்து முடித்திருந்தார். எதையும் பேசவில்லை. இருந்தாலும் அவர் என்ன பேச நினைக்கிறார் என்பதை கவிதாவால் உணரமுடிந்தது.

“என்னய விடு, பாப்பாவப் பாக்காம நீ எப்படி இருப்ப?”

“நீ படுற அவஸ்தய என்னால கண்கொண்டு பாக்க முடியல.”

“அதுக்காக... பேசாம உள்ள வாப்பா! நானே ஒவ்வொரு விசயத்துக்கு நொந்து நொம்பளப் பட்டுக்கிருக்கேன். அவ ஒருத்தி பூக்கூடையைச் சொமக்குறது பாரம்ன்னு எங்கிட்ட எறக்கி வச்சிட்டுப் போயிட்டா... அந்தப் புள்ளதான் என்னோட அத்தன கவலையையும் தன்னோட பிஞ்சுக் கால்ல போட்டு மிதிச்சிக்கிட்டிருக்கா. வீட்டுக்கு வெளியில ஆயிரம் பிரச்சனையிருந்தாலும், வீட்டுல நாம மூணு பேரும் சந்தோசமாத்தான இருக்கோம்?”

பேசிவிட்டு உள்ளே சென்று விட்டாள். சென்ற பின், ‘அவள் இருக்கும் மனச்சூழலில் நாமும் கஷ்டப்படுத்திவிட்டோமோ?’ என்று தன்னைத்தானே நொந்துகொண்டார்.

உள்ளே கவிதா படுக்கையறைக்குள் புகுந்து நைட்டிக்கு மாறினாள். நைட்டியை மாற்றிய கையோடு அப்படியே படுக்கையில் சாய்ந்துகொண்டாள்.

‘பாவம் அப்பா! தனக்கு ஏற்பட்டுள்ள மனக்குழப்பத்தை எப்படி எதிர்கொள்வது என்பது புரியாமல் தவிக்கிறார். இல்லையென்றால் இப்படி நடந்துகொள்ளக் கூடியவர் இல்லை. பிச்சைக்காரன் அவசரமாய் கழுவிய பிச்சைப் பாத்திரத்தில் ஓரமாய் ஒட்டியிருக்கும் ஒற்றைப் பருக்கையாய் அவருக்குள் இருக்கும் சிறிய நம்பிக்கையோடு வாழ்ந்துகொண்டிருக்கிறார். அந்த நம்பிக்கையும் உதிர்ந்துவிடக் கூடாது என்பதனை மனதில் வைத்தே ஒவ்வொரு நாளும் அவரை எதிர்கொள்கிறேன்.’

வெளியில் கைபேசியில் அழைப்பு எழுந்து வந்து கைப்பேசியை எடுத்தாள். தலைமை ஆசிரியர்.

“சார்! வணக்கம்! சொல்லுங்க சார்!”

“டீச்சர்! நீங்க நாளைக்கு கொஞ்சம் சீக்கிரம் கௌம்பி, சின்னமனூர் மாணவர் ஜெராக்ஸ்ல கொசின் பேப்பர்ஸ் வாங்கிக்கிங்க. மொத்த ஸ்டெரென்த் 25ன்னு சொல்லுங்க. ஆல்ரெடி கட்டி வச்சிருப்பாங்க. அமௌண்ட் குடுத்து வாங்கிக்கிங்க, வாங்கிட்டு நீங்க ஸ்கூலுக்குப் போயிருங்க. நான் நேரா வந்திர்றேன்.’’

போனை வைத்துவிட்டார். ‘இதுல இது வேறயா, ஏன் உண்மையைச் சொல்லி வாங்கினால் என்ன? கடைக்காரன் சிரித்தால் சிரிக்கட்டுமே...’

கவிதாவிற்குக் குளிக்க வேண்டும்போல் இருந்தது. குளித்தால் எல்லாம் தீர்ந்துவிடுமா என்பது இல்லை. ஆனால் குளித்தால் மன இறுக்கமும் உடல் இறுக்கமும் கொஞ்சமாய்த் தளர்ந்து விடும்.

19

இன்றுடன் இந்தக் கல்வியாண்டு நிறைவடைகிறது. குழந்தைகள் மதியமே வீட்டிற்குச் சென்று விடுவார்கள். நாற்பது நாள்கள் குழந்தைகளைப் பார்க்க முடியாது. அவர்களுக்கு கடைக்குச் சென்று லட்டு, மிச்சர் வாங்கிக்கொண்டு வந்து கொடுக்கணும். அவர்கள் மனதில் ஈடில்லா மகிழ்ச்சி கொள்வார்கள். குழந்தைகள் சந்தோசப்பட்டு அதைப் பார்த்து நாம் சந்தோசமடைவதில்தான் எத்தனை இன்பம். அதை இப்படித்தான் என்று வரையறை செய்ய முடியாது.

மீனாட்சியும் ஐஸ்வர்யாவும் ஒரு தூக்குச்சட்டியை கையில் பிடித்துக்கொண்டு வந்தார்கள்.

"என்ன பிள்ளைகளா! வீட்டுக்குப் போனதும் வந்துட்டிங்க, கையில என்ன?"

"எங்கம்மா தேங்காக்கஞ்சி வச்சாங்க மிஸ்!"

தூக்கை ஐஸ்வர்யா நீட்டினாள்

"தேங்காக்கஞ்சியா, அதென்ன தேங்காக்கஞ்சி, அதெப்படி செய்யுறது?"

ஐஸ்வர்யா ஆர்வமாகிப் போனாள்.

"மிஸ்! ஒரு சின்ன ஒலக்குல பச்சரிசிய ஊற வச்சிக்கணும் மிஸ், ஊர வச்சத தண்ணி வடிச்சிட்டு கொஞ்ச நேரம் ஒரு துணிய விரிச்சி காயப் போட்டுறணும். அப்புறம் ஒரு தேங்காய எடுத்து ஒடச்சி ஒரு மூடியத் துருவி பால் எடுத்து வச்சிக்கணும். இன்னொரு மூடியத் துருவி தனியா வச்சிக்கணும் மிஸ்!"

"ம்."

"அரிசிய ஓரமா வச்சிரணும் மிஸ்!"

"ம் அப்புறம்?"

" சுக்கு, மிளகு, ஏலக்கா இதெல்லாம் ஒண்ணு ரெண்டா தட்டி வச்சிக்கணும் மிஸ்!"

"அப்புறம்?"

"ம்... அப்புறமா பெரிய, இடுப்பு நெளிஞ்ச சொம்புல ரெண்டு சொம்பு தண்ணிய ஊத்தி, கொதி வர்ற நேரத்துல அரச்சு வச்ச பச்சரிசியப் போட்டு, கட்டி சேராம கலக்கணும் மிஸ்! அப்பிடியே தட்டி வச்ச சுக்கு, மெளகப் போட்டுக் கொஞ்ச நேரம் வேக விடணும் மிஸ்!"

"அப்பிடியே கரித்துணியில புடிச்சி எறக்கிறணும் மிஸ்!"

ஆர்வ மிகுதியால் ஜானகி குறுக்கே பேச...

"அய்யே சும்மாரும்மே! ஒனக்கு ஒண்ணுமே தெரியாது, தட்டி வச்சிருக்குற வெல்லத்த ஆரு போடுறது?" தேங்கா பால ஆரு ஊத்துறது.

"சரி, சரி... சின்னப் புள்ளக்கிச் சொல்லிக் குடு"

என்று கவிதா சிரிப்பை கட்டுப்படுத்திக்கொண்டு கூற...

"ம்... வெல்லம் போட்டு நல்லா கரையிற வரைக்கும் கொதிக்கவிட்டு. துருவி வச்சிருக்குற தேங்காவப் போட்டு நல்லா கிண்டி எறக்கிறணும் மிஸ்!"

"ஸ் அப்பா! இப்பவே எச்சி ஊறுது."

"மிஸ்! சூடாவே குடிங்க. ஆறிட்டா வௌங்காது."

"ம்... அப்புடியா போயி செல்ப்ல டம்ளர் இருக்கு எடுத்துட்டு வா. ஓடு."

ஓடிப்போய் டம்ளரை எடுத்துவந்தாள் ஐஸ்வர்யா. அதில் ஒன்றில் ஊற்றி,

"இந்தா, HM சாருக்குக் குடு."

"மிஸ்! சார், யார் எது குடுத்தாலும் சாப்பிட மாட்டார் மிஸ்! அவரு மத்தியானம் சாப்பாடே சாப்பிட மாட்டார் மிஸ்! பழம் மட்டுமே சாப்பிடுவார்."

"ஓ! அப்ப வேணாம். இவ்வளவையும் நானே சாப்பிட முடியாது. நீங்க ரெண்டு பேரும் ஆளுக்குக் கொஞ்சம் சாப்பிடுங்க."

இருவரும் ஒருவரை ஒருவர் பார்த்துச் சிரித்துக்கொண்டே கஞ்சியைக் குடித்தார்கள். கவிதாவும் ருசித்தாள். ஐஸ் சொன்னதைப் போலவே மிகவும் பிரமாதமான ருசியுடன் இந்தக் கஞ்சி இருந்தது.

தனக்கு மட்டும் கிடைத்தால் போதும் என மனித சமூகமே மாறிக்கொண்டுவரும் இந்த வேளையில் தன் வீட்டில் செய்த ஒரு பதார்த்தத்தைத் தன் ஆசிரியருக்குக் கொண்டுவந்து கொடுக்கும் மனம் அதுதான் குழந்தை உள்ளம்.

குழந்தைகள் சென்றுவிட்டார்கள். திடீர் வெறுமை சூழ்ந்து கொண்டது. பல சிந்தனைகள் மனதைச் சுற்றிலும் நின்று கொண்டன.

அணில், குழந்தைகள் இல்லை என்றால் அனுமதி பெறாமலேயே உள்ளே வந்துவிடும்.

வந்ததும் கப்போடு, டேபிள், பீரோ என்று சகலத்திலும் கத்தியபடியே அலைந்தது. இதன் சத்தத்தைக்கேட்டு மற்றொரு அணிலும் வந்தது. இரண்டும் சேர்ந்து சத்தமிட்டுக்கொண்டே அங்கும் இங்கும் அலைந்தன. தென்மேற்கு மூலையில் பீரோவின் மேல் ஏறி நின்று இரண்டும் வாலை வெடுக் வெடுக்கென்று ஆட்டியபடி கத்தின. அந்த இடத்தையே சுற்றிச் சுற்றி வந்து கத்திக் கொண்டே ஜன்னல் வழியாக வெளியேறி விட்டன.

பார்த்துக்கொண்டிருந்த கவிதாவிற்கு அந்த இடைவிடாத கீச் சத்தம் தலைவலியை ஏற்படுத்தியதாய் உணர்ந்தாள். டேபிளின் மேல் கைகளை வைத்து முகத்தைக் கைகளின்மேல் புதைத்துப் படுத்தாள். பழைய டேபிள் வாசனை ஏனோ கவிதாவிற்குப் பிடித்துவிட... ஒரு இரண்டு நிமிடங்கள் அப்படியே தூங்கிப் போக... அதே அணில்களின் சப்தம் ஏதோ வித்தியாசமாய்க் கேட்க... விழித்துக் கொண்டாள். அவை தங்கள் வாயில் சணல் தூள் போன்ற ஏதோ ஒன்றைக் கவ்விக்கொண்டு வந்து பீரோவின் மூலையில் வைக்கத் தொடங்கின. ஓர் அரை மணி நேரத்தில் அவற்றிற்கான கூட்டைத் தயார் செய்துவிட்டன.

மனிதர்களைவிட விலங்குகள் எவ்வளவு நேர்த்தியானவையாக இருக்கின்றன.

பிற உயிர்களுக்கு உதவாத பொருள்களைக்கொண்டு தனக்கான இருப்பிடத்தைக் கட்டிக்கொள்கின்றன. தனக்கு அந்த இடம் ஏற்றதாய் இல்லையென்றால் யாரிடமும் அனுமதி பெறாமல் வெளியேறி அடுத்த இடத்தில் தனக்கான கூட்டை அமைத்துக் கொள்கின்றன. அவைகளுக்கானதை பிற உயிர்களின் சார்பின்றிப் பெற்றுக்கொள்ள முடிந்தவைகளாக இருக்கின்றன.

ஒரு புறா கூடு கட்ட... காக்கையின் கூட்டை நாடுவதில்லை. தனக்கான உணவைக் காக்கையிடம் சென்று இறைஞ்சுவதில்லை. அவை, தானே தேடிக்கொள்கின்றன.

மனிதன் தெரிந்துகொள்ள வேண்டிய வாழ்வியல் மனிதர்களிடம் இல்லை.

விலங்குகளோ, பறவைகளோ பிறப்பெடுத்த நாள்முதல் இன்றுவரை மாற்றத்தைப் பெற்றிடாதவையாக இருக்கின்றன.

இரண்டாயிரம் வருடங்களுக்கு முன்பாக காக்கை எந்த வடிவத்தில் கூடுகட்டியதோ அதே வடிவத்தில்தான் இன்றும் கூடுகள் இருக்கின்றன. பொருள்களில்தான் மாற்றம். அதேபோல் தூக்கணாங் குருவி அது பிறந்த நாள் முதல் இன்று வரையும் தன் கூட்டை ஒரே 'மாதிரிதான் கட்டுகிறது. அதே போன்றுதான் அஃது அவை இணைவதும்கூட...'

ஆனால் மனிதன்..?

கனகாவிடமிருந்து வந்த போன், கவிதாவின் சிந்தனையைக் கலைத்துப் போட்டது.

“செல்லக்குட்டி! சின்னமனூர்ல நில்றீ.”

“சரி.. வா.”

போனைக் 'கட்' செய்துவிட்டு செல்லைப் பார்க்க... மணி 3-30. ஜன்னல் வழியே சென்ற அணில்கள் எங்கிருந்து சணல் தூள்களைக் கொண்டுவருகின்றன என எட்டிப்பார்க்க... பள்ளியை நோக்கி ஐயா வந்து கொண்டிருந்தார்.

அவர் வருவதைப் பார்த்து எழுந்து சென்று,

“சார்! ஐயா வர்றார்.”

“ஓ... அட அவர் உள்ள வரமாட்டாரே, பேசிட்டிருங்க வர்றேன்.

கவிதா வெளியே சென்று நிற்க, நடந்து வந்த களைப்பில் வராண்டாவில் அமர்ந்துவிட்டார்.

“ஐயா! எப்பிடி இருக்கீங்க?”

“எனக்கு என்னம்மா கொரச்சல்? நாளைலர்ந்து ஆண்டு விடுமுறை துவங்குதா? ஆமா, சார் வேலையா இருக்காரா?” என்று

பேசிக்கொண்டிருக்கும்போதே தலைமை ஆசிரியர் அங்கே வந்து விட்டார்.

“ஐயா வாங்க!”

“வர்றேன் சார்! என்னைக்கிச் சமத்துவபுரம் போக?”

“ஐயா! நான் டீச்சர்ட்ட சொல்றேன். அவங்க போன் பண்ணுவாங்க. இந்த மாசம் 25க்குமேல போலாங்கய்யா!”

“ஆமா, அப்பதான் பெத்தவங்களுக்கு ஞாபகம் வரும். அங்க நமக்குத் தெரிஞ்ச பையன் ஒருத்தன் இருக்கான். நான் அவங்கிட்ட பேசிட்டேன். அங்க போறப்ப அவனையும் கூடச்சேத்துக்கலாம்.”

“கூட்டிக்கலாங்கய்யா!”

“ஒரு பத்து பேக்கு, அதுல ரெண்டு நோட்டு, பென்சில், ரப்பர், வாய்ப்பாடுன்னு ஒரு சிலேட்டு இதெல்லாம் வச்சி பேர எழுதி கைல குடுத்திடலாம்.”

“பத்துப் பசங்களச் சேர்க்க முடியுமாங்கய்யா?”

”பத்து குடுப்போம். அஞ்சு போயி, அஞ்சு வந்தாலும் சரிதான்னு ஏத்துக்குவோம்.”

“சரிங்கய்யா! வர்றப்ப நான் எடுத்துக்கிட்டு வந்திர்றேன்.”

“அப்ப எனக்குப் போன் செய்றீங்களா?”

“சரிங்கய்யா!” என்றாள் கவிதா.

அவர் வேறு எதுவும் சொல்லாமல் எழுந்து சென்றுவிட்டார்.

“பாத்தீங்களா மிஸ்! எப்படிப்பட்ட மனுசங்க?. பாத்துக்கிட்டிருந்த வேல நமக்குக் கெடச்சிருக்கு. நம்மல்ல பல பேர் இந்த வேலையப் பத்தோட பதினொன்னா நெனக்கிறதுதான் ரொம்பக் கஷ்டமா இருக்கு. இந்த ஐயா சொன்னமாதிரி நாம முயற்சி எடுக்கணும். அது நடக்கலன்னா தப்பு நம்ம மேல இல்ல, இந்தச் சிஸ்டத்துமேல. எந்த ஸ்டெப்பும் எடுக்க மாட்டோம். தப்பித்தவறி அரசு பள்ளிக்குப் வர்ற புள்ளைகளுக்கு ஒழுங்கா சொல்லியும் குடுக்கமாட்டோம்னு சில பேர் இருக்குறதனாலதான் நம்ம ஒட்டு மொத்த ஆசிரியர் சமூகத்தை ரொம்பச் சாதாரணமா பேசுறாங்க”.

“ரொம்ப கரக்ட் சார்!”

“அது, ஏதாச்சும் படிச்சு சாதனை பண்ணி, இல்லன்னா பெரிய வேலைல இருக்குறவன் சொல்லிட்டா பரவாயில்ல. அரசாங்கத்தோட அத்தன இலவசத் திட்டங்களையும் அனுபவிச்சுக்கிட்டு வேலவெட்டிக்குப் போகாம மரத்துக்கடியிலயும் திண்ணையிலையும் ஒக்காந்து தாயமும் சீட்டும் வெளையாடுறவன் ரொம்ப ஈசியாப் பேசிடுறான்.”

“சரிதான் சார்!”

“நம்மள்ல 90 சதவீதம் பேர் ரொம்ப டெடிகேட்டேடா வொர்க் பண்றோம். ஆனா, அது பகல்ல நட்சத்திர வெளிச்சமா ஆகிடுது. டைம் ஆச்சி, புறப்படுங்க. நான் கதவ அடச்சி சாவிய கொண்டு போயிர்றேன்.”

“ஓகே சார்!”

சரியாக 4-10 மணிக்கு குழந்தைகள் வந்துவிட்டார்கள். கவிதாவுடனே வகுப்புக்குள் சென்றார்கள்.

“ஏய் பசங்களா! நம்ம வகுப்புக்குப் புது விருந்தாளி வந்திருக்காங்க. அதோ அந்தப் பீரோ மேல கூட்டப் பாருங்க.”

“ஐ... அது அணில் கூடு மிஸ்!”

“நாம மறுபடியும் ஸ்கூலுக்கு வர்றப்ப குட்டி போட்டிருக்கும் மிஸ்!”

“ஆமா மிஸ்! எங்க மாட்டுக்கொட்டத்துல இத மாதிரியே கட்டிருக்கு மிஸ்!“

“சரி, சத்தம் போடாம ஜன்னலை மட்டும் பூட்டுங்க. அணில் வர்றதுக்கு மேல ஒரு ஓப்பன் இருக்கு, கதவ சார் பூட்டிக்குவார்.”

கவிதா வெளியேற... கோழிக்குஞ்சுகளாய் பிள்ளைகளும் கூடவே வந்தார்கள்.

கவிதாவிற்குப் ‘பஞ்சர் கடையில் அவன் இருப்பானோ?’ என்ற பதற்றம் தொற்றிக் கொண்டது.

“மிஸ்! ஆளக் காணோம்.”

“ஏய்!”

“மிஸ்! ஐயா சார் பெட்டிக்கடைல.”

“அட, ஆமா!”

"என்னம்மா! அந்தச் சொரட்டப்பய ஆளக் காணோம்ல?"

"ஆமாங்கய்யா! ஆச்சர்யமா இருக்கு."

"வீட்டுக்குப் போயி, அவம் பொண்டாட்டி இருக்குறப்ப புடிச்சி பேசு பேசுன்னு பேசி விட்டுட்டேன். 'மகனே! எங்காச்சும் உன்னையப் பாத்தேன்! போக்சோ சட்டந்தான்டா மகனேன்னு மெறட்டிப் புட்டேன். பாவம் அவம் பொண்டாட்டி கெஞ்சுறா. பய ஒ நெழலகூடப் பாக்கமாட்டான்."

கடைக்காரம்மா குறுக்கிட்டு,

"ஆரு, பாகவதரா?"

"நீ என்னத்தா புதுசா ஒரு பேரச்சொல்ற?"

"அவே, குருவி மண்டையில் தீய வைக்க, ஒத்த டீச்சர் புதுசா வரப்புடாதே."

"டீச்சருங்கன்னா அம்புட்டு லேசா நெனக்கிறதுதே"

"மாமா! நம்ம பள்ளிக்கூடத்துக்கு வேல பாக்க வந்த டீச்சருங்க பூராம் தங்கம் மாமா! அவங் கெடக்கான் லூசுப்பய! ஆனாலும் நம்ம டீச்சருங்களும் துணிமணி, நக நட்டுகளக் கொஞ்சம் லேசுபாசா உடுத்தணும்."

"ம்... சரி, சரி பஸ்ஸூ வந்துருச்சு."

"அம்மா! இந்தாங்க, ஐநூறு ரூபா பசங்களுக்கு டெய்லி அஞ்சு ரூபான்னு ஏதாச்சும் குடுத்துருங்க."

"சரி தாயி!" சொல்லிவிட்டு வண்டியில் ஏற, சிற்றுந்து தூரமாகச் செல்லும்வரை குழந்தைகள் டாட்டா காட்டிக்கொண்டிருந்தார்கள்.

20

சிற்றுந்து மேய்ச்சல்காட்டின் ஊடாகப் பயணித்தது. பகலின் வெப்பம் தணிந்து கம்பம் பள்ளத்தாக்கின் இதமான காற்று வீசத் துவங்கி, தன் காது மடல்களை உரசிச் செல்வதை உள்ளுக்குள் உணர்ந்தவண்ணம் அமர்ந்திருந்தாள் கவிதா. சிற்றுந்துக்கு இணையாக ஒரு காகம் பறந்து வந்தது. கவிதாவை ஒருமுறை திரும்பிப் பார்த்துக் கொண்டது. அது பார்க்கும் பார்வையில் குறைந்தது ஒரு முப்பது நாள்கள் உன்னைப் பார்க்க முடியாதே என்று கூறாமல் கூறுவதாய்த் தோன்றியது கவிதாவிற்கு. கவிதா, காகத்தைப் பார்த்து மனதிற்குள், இப்படி யாரையும் நம்பி இருக்க வேண்டாம்' என்பதாய் நினைத்தாள்.

கூட்டமாய் மேய்ந்துகொண்டிருந்த மயில்களில் ஒன்று தன் தோகையை விரித்து ஆடியது. பெண் மயில்கள் வெட்கப்பட்டு வேறு திசையில் நகர்ந்துகொண்டன. ஒரே ஒரு பெண் மயில் மட்டும் அருகே சென்று அதன் காதோரம் ஏதோ ஒன்றை முணுமுணுக்க... முன்னிலும் வேகமாக தன் தோகையை ஆட்டிக் காட்டியது. தன் சீட்டிற்கு முன்சீட்டில் அமர்ந்திருந்த அந்த இளம்பெண் இக்காட்சியைப் பார்த்துவிட்டு தன் கணவனுடன் இன்னும் நெருக்கமாய் அமர்ந்துகொண்டாள்.

என்னவோ குளிர்காற்றாய்த் திடீரென அப்பிக்கொண்டது மகேஷின் நினைவு.

ஒருமுறை ஊரிலிருந்து தேக்கடி நோக்கிப் பயணமானோம். பயணம் என்றால் ஒரு நீண்ட பயணமாகச் சென்னை ஔவை ஹோமிற்குப் பயணமாக சென்றதோடு சரி. பெரிதாகப் பயணங்களில் எனக்கு விருப்பமும் இருந்ததில்லை. ஒரு கூட்டுப் பறவையாய் மாலை மங்கியவுடன் கூட்டிற்குத் திரும்பும் வாழ்க்கையே பிடித்தும் போயிருந்தது. பள்ளியில் சுற்றுலா செல்வதுபோல் மதுரை மீனாட்சியம்மன் கோவிலுக்குக் கூட்டிச் சென்று காட்டியதோடு சரி.

ஆனால், அன்று என் மகேஷ் என் அருகில்... இதமான குளிர்..., என் தோள்மீது கை போட்டு அவனோடு என்னை இறுக்கப் பற்றியிருந்தான். அது குளிர்காற்றை வெறுப்பேற்றும் விதமாக

வெப்பம் பரப்பியது. அந்த வெப்பத்தை என் உடல் உணர்ந்ததைக் காட்டிலும் உள்ளம் இன்னும் ஆழமாக உணர்ந்தது. இப்படியாக ஓர் ஆணின் ஸ்பரிசம், அவன் கையிற்குள் கிடைக்கும் பாதுகாப்பு எல்லாமே எனக்குப் புது விதமான அனுபவமாக இருந்தது. இந்த அற்ப மனம் இது காலத்திற்கும் நீடிக்க வேண்டும் எனப் பிரார்த்தனை எல்லாம் செய்தது.

சிற்றுந்தின் வேகம் தணிந்தது. சிந்தனை கலைந்தது. செம்மறிக் கூட்டம் சிற்றுந்தின் முன்னால், சாலையை ஆக்கரமித்து நகர்ந்து சென்றுகொண்டிருந்தது.

"வெக்ள்ளி, எவனப் பாத்தாலும் செல்ல, காதுல வச்சிக்கிட்டு ஆட்டப் பத்துறானா பாரு?"

ஓட்டுநர் தன் இருக்கையிலிருந்து பக்கவாட்டில் எட்டிப் பார்த்து,

"ஏலே வெள்ளாலகண்டா! ஆட்டப் பத்துறா"

"ஏய்! கொஞ்சம் பொறு, அது மனுசனா? ஆடரு போடுறதுக்கு, வண்டியில பீப்பி எதுக்கு வச்சிருக்க? அத அடிச்சு விடு, தன்னால ஒதுங்கும்."

"உச்சி மத்தியானத்துல பொறந்தவனுக்குச் சேட்டையப் பாத்தியா? ஏலே! லோலாயி மகனே! செக்கர்ண்டா எறங்கிப் பாக்க மாட்டியோ? எறங்கி அவனப் பொடனியில ஒரு தட்டு தட்டி, கம்ப வாங்கி ஆட்டப் பத்தி விடுறா?"

"ஏலே துருத்தி! சரட்டுண்டு சின்னமனூருக்குப் போயி வெட்டியா முறிக்கப் போற? அங்க போயிக் கெடக்குறதுக்கு மெல்லயே போகட்டும். நானென்ன ஆட்டப்பத்தவா வந்தே? நீ பாட்டுக்குப் பேசிக்கிருக்க."

"எல்லா எந் நேரம்டா"

ஆட்டு மந்தை கொஞ்சம் கொஞ்சமாக தருசுப் பக்கமாக இறங்கி நகர்ந்தது. வண்டியை நகர்த்தி ஆடு மேய்ப்பவனின் அருகில் நிறுத்தி,

"ஏலே, அம்புட்டு தாட்டியமாடா? பொறுடி! ஒரு நாளைக்காச்சும் விட்டு ஏத்துறனா இல்லயா பாரு."

"ஏலே! போடா! ஓ வண்டி ஆட்டுப் புளுக்கையக்கூட ஏத்தாது. போயி டயர மாத்துங்கடா! டயரப் பாத்தா ஏஞ்சியான் மண்ட

கணக்கா இருக்கு, அதுலயாச்சும் அங்கொன்னு இங்கொன்னுன்னு ரெண்டு மசுரு தட்டுப்படும். இங்க மொழுக்கட்டீன்ல இருக்கு. போ, போ..."

பேசிக்கொண்டே ஆட்டுடன் நகர்ந்து போய்விட்டான்.

டிரைவரை எல்லாரும் இளக்காரமாகப் பார்க்க... அவருக்கு ஒரு மாதிரியாகப் போய்விட்டது.

ஆடு மேய்ப்பவன்மீது தவறில்லை, சரியாக வண்டியை ஓட்ட நினைப்பவன்மீதும் தவறில்லை, இதுதான் வாழ்க்கையின் எதார்த்தமும்கூட. ஒருவரின் வாழ்க்கை இன்னொருவரின் வாழ்க்கையை எந்த விதத்திலும் சம்பந்தப் படாமலேயே பாதிக்கிறது. இந்தத் தொடர்பு எதன் பொருட்டு நிகழ்கிறது என்ற அறியமுடியாதபடியாக இருக்கிறது.

வண்டி சின்னமனூரைத் தொட்டது. வண்டியின் முன்னால் சக்திக்குமீறித் தள்ளுவண்டியில் பாரம் ஏற்றி தள்ளிச் சென்று கொண்டிருந்த ஒரு முதியவருக்காகச் சிற்றுந்து மெதுவாக ஊர்ந்தது. அந்த முப்பது விநாடிகளில் கவிதாவிற்கு பக்கவாட்டில் டீக்கடையில் நின்றிருந்த நபரைப் பார்த்ததும் இதயம் ஒரு நொடியேனும் நின்று விட்டது.

'ஐயோ! அது என் உடன் பிறந்த அண்ணன்தானே? பதினைந்து இருபது வருடங்களுக்கு முன்னால் தன் பொண்டாட்டியே கதியென ஓடிப்போய் ஒளிந்துகொண்ட அண்ணனேதான். இறங்கலாமா?' என யோசித்து எழுந்த அந்த வினாடியில் சிற்றுந்து வேகமாகப் புறப்பட்டுவிட்டது. 'சொல்லிவிட்டு இறங்கலாமா. கண்கள் கலங்கின. அழுகை பீரிடுவதை அடக்க முடியவில்லை. இங்கு எப்படி வந்தான்?'. யோசித்துக் கொண்டிருக்கையிலேயே இறங்கும் இடம் வந்துவிட்டது. கனகா நின்றிருந்தாள். வண்டி நின்றதும் இறங்கி ஓடிச் சென்று அவள் தோளில் சாய்ந்து சற்று சப்தமாகவே அழுதுவிட்டாள்.

"அய்யோ... என்னடி! என்னாச்சு? ஏய்!"

"அண்ணே... அண்ணே!"

"ஏய் லூசு, சொல்லுடி!"

"அண்ணனப் பாத்தேன்... டீக்கடையில."

"உங்க அண்ணனவா?"

"ஆமா... ஆமா..."

“ஏய் லூசு! எறங்கிப் போயிப் பேசிருக்க வேண்டியதுதானே?”

“பதட்டத்துல நான்...”

அங்கே கடக்கவிருந்த ஆட்டோவை மறித்தாள் கனகா.

“ஏய், ஏறு... ச்... ஏறுடி”

இருவரும் ஏறினார்கள்.

“எங்கடி? நகைக்கடை”

“நாம நகை வாங்குவோமே அந்த முருகப்பா நகக்கடைக்குப் போ, சீக்கிரம் போ!”

“ம்... அப்பா... ” அழுதாள்.

“கூறு கெட்டவடி நீ! பாத்துட்டு எறங்கிப் போயிப் பேசிருக்க வேண்டாம்?”

இதோ வந்து விட்டது டீக்கடை. கனகா குனிந்து பார்த்தாள். கவிதா பரிதவித்தாள். நகத்தைக் கடித்தாள். ஆட்டோ நகைக்கடையின் முன்னால் நின்றது. எதிர்ப்புறம் டீக்கடையில் அவனைக் காணவில்லை...

“எங்கடி?”

“போயிட்டார்போல” விம்மினாள்.

“நல்லா பாத்தியாடி? என்ன கலர் சட்ட போட்டிருந்தார்?”

“கவனிக்கல. மூஞ்சிய மட்டுந்தான் பாத்தேன்.”

“நல்லா பாத்தியா, அவருதானா?”

“ஏய்... என்னோட அண்ணன்டி!”

“ஆமா, பெரிய நொண்ணே, அடச்சீ வா .... ஒட்டு ஒறவு ஒண்ணும் வேணாம்னு ஓடிப் போன கோழப்பய!”

ஆட்டோ டிரைவர் அமைதியாக இருந்தான். கவிதா முந்தானையால் கண்களைத் துடைத்துக்கொண்டாள். ‘கனகா சொல்வதும் நியாயம்தானே? எல்லாவற்றையும் உதறித் தள்ளி விட்டுப் போனவன். சின்னமனூர்வரை வரத் தெரிந்ததவனுக்கு வீட்டுக்கு வரத் தெரியாதா? போகட்டும். இதை அப்பாவிடம் சொல்லக்கூடாது.’

“ஏறுன எடத்துலயே எறக்கி விடுப்பா!”

கனகா, கவிதாவின் தோளைப் பற்றினாள்.

21

மொட்டை மாடிதான் பலருக்கும் சுமைதாங்கியாக இருக்கின்றது. மொட்டைமாடிகள் பல படைப்புகளின் ஊற்றிடமாக இருக்கின்றன. திறந்தவெளி போதி மரங்களில் ஞானம் பெற்றவர்கள் ஏராளம்.

கவிதாவிற்கு மனது சங்கடப்படும் நேரங்களில் எல்லாம் இந்த மொட்டைமாடிதான் தாய் மடியாக மனது வெள்ளையடித்துக் கொள்ளும். வரிசை மாறாமல் இரவு வீடு திரும்பும் பறவைகள். அருகில் வந்து வந்து எட்டிப் பார்த்துவிட்டுச் செல்லும் அணில் பிள்ளைகள்; பக்கத்து மரங்களில் காதல் செய்யும் பறவைகள்; நிதானமான மரங்களின் அசைவு; கொத்துக் கொத்தான பூக்களின் சிரிப்பு என கெட்டிப்பட்ட மனதை இலகுவாக்கிவிடும்.

இருட்டிவிட்ட பொழுதுகளில் பறவைகள் விலங்குகளற்ற நட்சத்திர நீலவானம் மனதிற்குள் ஓர் அமைதியை எண்ணங்களுக்கு ஒரு சாந்தத்தை ஏற்படுத்திவிடும். பௌர்ணமி இரவோ ஒரு புத்துணர்வை, மனத் தெளிவை ஏற்படுத்தி விடும்.

அமாவாசை இருட்டோ வெளிச்சப் பிரளயங்களைக் காலில் மிதித்து அகத்து இருண்மையைப் புறம் தள்ளி அகவெளியில் இருட்டுப் பிரகாசத்தை நிகழ்த்தி விடும். வானத்தையே ஒரு தாயின் கர்ப்ப வெளியாக மாற்றவல்லதாக இருக்கிறது.

எத்தனையோ பனி விழும் இரவுகளில் மகேஷுடனான ஊடல், கூடல், சீண்டல், தீண்டல் பிரவாகமெடுத்து அடங்கும். உஷ்ணத்தை மட்டுப்படுத்தும் பனிக்காற்று, மோக மயக்கத்தில் வெளிப்படும் மூச்சுக்காற்று பனியைக் கேலி பேசியவாறு வானத்தில் தவழ்ந்து சென்று பரவிப்போகும் அழகு எனக் கவிதாவின் நினைவு நாள்குறிப்பில் நீங்கா இடம்பிடித்த மொட்டைமாடி நிகழ்வுகள் எண்ணிக்கையில் அடங்காதவை.

இன்று நீண்டநேரமாகி விட்டது. ஆனாலும் எழ மனமில்லை.

எப்போதும் தேடி வராத அப்பாவும் பாப்பாவும் தேடி மேலே வந்துவிட்டார்கள்.

"அம்மா! ஹோம் வொர்க் சொல்லிக் குடுக்காம இப்பிடிப் பகுமானமா படுத்துட்ட?"

“பாப்பா... அம்மா அசந்து படுத்திருப்பா.'' என்னம்மா! தூங்கிட்டையா?”

“இல்ல, ஒறங்கிட்டையா? ஹ ஹ ஹ!”

கிண்டல் செய்தவாறே வந்து மடியில் படுத்தாள்.

“இந்தாம்மா, இது விடாம அடிச்சிட்டேயிருக்கு.”

“தாத்தா! அதென்ன குச்சியா அடிக்கிறதுக்கு?”

“ஏய்...... என்ன பாப்பா! தாத்தாவ அப்பிடிப் பேசலாமா?”

“ஓய்! அது எங்க தாத்தா... எங்களுக்குத் தெரியும், நீ பேசாம இரு.”

“சரி... தாத்தா கூடப்போ... நான் போன் பேசிட்டு வர்றேன்.”

“ம்... நானும் இருப்பேன்...”

“சரி! பேசிட்டு வாங்க. நான் கீழபோறேன்.”

“தாத்தா! பாத்து எறங்கு”

“சரிடா!”

போனை எடுத்து நம்பரைத் தட்டியபடி,

“பாப்பா! நீ ரொம்ப பேசுற பாப்பா.”

“இவ்ளோவா” என கையை விரித்துக் காட்டினாள்.

தலைமை ஆசிரியர்தான் அழைத்திருந்தார். அவர் எண்ணை அழைத்தாள்.

“ஹலோ சார் .... நான் மொட்ட மாடியில இருந்தேன். சாரி சார்... சொல்லுங்க சார்!”

“பரவால்ல டீச்சர்! நாளைக்கி எலக்சன் டூட்டி கேம்ப். நான் தான் BLO (Booth Level Officer) மெசேஜ் வந்திருக்கு, பாக்காம விட்டுட்டேன். இப்ப என்னன்னா நான் பேமிலியொட வெளியூர்ல இருக்கேன். உங்களுக்கு எதுவும் வேலையில்லையின்னா ஸ்கூலுக்குப் போக முடியுமா?”

“எதுக்கு சார் சாரி? நான் பாத்துக்கிறேன்.”

“சின்னமனூர் மாணவர் ஜெராக்ஸ்ல வோட்டர் ஜாப்த்தா ஜெராக்ஸ் போடக் குடுத்தது அங்கயே இருக்கு. அத வாங்கிக்

கைல வச்சிக்கிங்க. அதோட அந்த விண்ணப்பப் படிவமும் குடுப்பாங்க அதையும் வாங்கிக்கிங்க.''

"ஓகே சார்!''

" 10 மணிக்குப் போனா போதும். 8 மணிக்குச் சொல்லுவாங்க. ஆனா யாரும் வரமாட்டாங்க. விண்ணப்பம் மட்டும் வாங்கிக்கிங்க. அவங்க ஏதாச்சும் வில்லங்கமா பேசுனா நீங்க எதுவும் பேச வேணாம். ஏதாச்சும் ரெண்டு கர வேட்டி வந்து ஏழரைய இழுப்பாய்ங்க. எது பேசுனாலும் சார் வந்ததும் வந்து பேசிக்கிங்கன்னு சொல்லிருங்க.''

"ஓகே சார்! நான் பாத்துக்கிறேன்.''

போனை வைத்துவிட்டார்.

வெளி உலகிற்கு ஆசிரியரின் தொழில் பகுமானமாகத்தான் தெரிகிறது. ஆனால் ஆசிரியர்கள் ஆசிரியர் பணியைத் தவிர்த்து வாக்காளர் சேர்ப்பு நீக்கம், மக்கள் தொகைக் கணக்கெடுப்பு, வருடாந்திர மக்கள் தொகைக் கணக்கெடுப்பு, தேர்தல் அதிகாரி, தடுப்பூசி முகாம் அதிகாரி, அரசு விழா மேற்பார்வை எனப் பல வேலைகளையும் பார்க்கவேண்டியுள்ளது.

'கனகாவை உடன் அழைத்துச் சென்றால் என்ன?' டக்கென யோசனை தோன்ற... கனாகாவிற்கு டயல் செய்தாள்.

22

ஒரு வாரத்திற்குப்பின் பள்ளி வளாகத்தினுள் நுழைவது ஒரு பரவசத்தை ஏற்படுத்தியது. எப்படியோ கேள்விப்பட்டு குழந்தைகள் வந்துவிட்டார்கள். அவர்களைச் சீருடை இல்லாமல் பார்ப்பது மகிழச்சியாக இருந்தது. கனகா முதன்முறையாக பள்ளிக்கு வருகிறாள்.

"என்னடி! காம்பவுண்ட்கூட இல்ல?"

"என்னையக் கேட்டா, என்னமோ நானு இங்க வந்து முப்பது வருசம் ஆன மாதிரி."

"இந்த ஊரோட கூறுபாடு சரியில்லயே..."

"ஒனக்கென்ன ஞானக் கண்ணா..?"

"இதுக்கெதுக்குடி ஞானக்கண்ணு, ஊருக்குள்ள பஸ்சு நொழையுறப்பவே, இந்த ஆம்பளச் சனியனுங்க பூராம் ரோட்டுக்கு ரெண்டு பக்கமும் சாணியப் போட்டுக்கிருங்காய்ங்க. பஸ்சு வருதுன்னாச்சும் எந்திரிக்க வேணாம், பஸ்சுல பொம்பளப் புள்ளய்ங்க வருவாய்ங்ளேண்டு ஒரப்பு வேணாம். அதுல ஒரு சனியே டச்சுப் போன வச்சி தடவிக்கிட்டே இருக்கு, பேண்டுக்கிருக்கோமேன்ற புத்தி வேணாம்."

"ஏன், நாமளும் அப்படித்தேன இருந்தோம்?" என்ன இவிய்ங்க ஒரு 10 வருசம் பின்னாடி இருக்காய்ங்க."

"அது சரிதே, படிச்சதுக பூராம் ஊரக்காலி பண்ணிட்டு ஓடிட்டா, பழசு பட்ட இப்படித்தெ இருக்கும்."

மெதுவாக குழந்தைகள் இவர்கள் அமர்ந்து இருந்த இடத்திற்கு வந்தார்கள்.

"மிஸ்!"

"ஏய் ஐஸ்சு, ஜானு, டிரஸ் சூப்பர்!"

"ம்... என்னோட பிரண்ட் இவங்களும் டீச்சர்தான்."

"வணக்கம் மிஸ்!"

“மிஸ்ஸா, யாரு? கல்யாணமாகி ஒங்கக்கா சைசுல ரெண்டு பிள்ளக சின்னமனூர் கணக்கு வேலாயி ஸ்கூல்ல படிக்கிறாங்க. என்னையைப் போயி மிஸ்சுன்ற?”

“நாங்க எங்க மிஸ்ஸ மிஸ்சுன்னதே கூப்பிடுவோம்.”

“இவளச் சொல்லலாம், ஓரளவு பொருந்தும். என்னையெல்லாம் சொல்லக்கூடாது.”

“பெறகு, எப்படிக் கூப்புட?”

”டீச்சர்ன்னு கூப்பிடுங்க. இல்ல, அம்மான்னு கூப்பிடுங்க.”

“ம்... எம்புள்ளய்ங்க எப்பிடிக் கூப்பிட்டலும் அழகுதான், இந்தா சாவி”

என சாவியை எடுத்து ஐஸ்வர்யாவிடம் நீட்ட, கதவைத் திறந்து ஜன்னலைத் திறந்தாள்.

“ஐஸ்சு! அந்த வெளக்கமாத்த எடுத்துட்டுவா.”

ஐஸ்சு விளக்குமாற்றைக் கொண்டுவந்து குடுக்க... சரசரவென வராண்டாவைத் தூர்த்திவிட்டுக் கனகாவை அழைத்து, டேபிள் சேரை எடுத்துப்போட்டு அமர்ந்துகொண்டார்கள்.

“ஐஸ்சு! இந்தா, பேக்க மட்டும் உள்ள வைடி தங்கம்!”

“சரி மிஸ்!”

“பார்ரா, மறுபடியும் மிஸ்சு?”

“ஏய்! நீதான சொன்ன, மிஸ்சுன்னா பரவால்லன்னு.”

“என்ன செய்ய, நம்ம டீச்சருங்க அப்பிடிப் பழக்கி வச்சிருக்காங்க. மிஸ்சுன்னு கூப்பிட்டா வயசு கொறச்சலா தெரியுமாம். எங்க பள்ளிக் கூடத்துல ஒண்ணு இருக்கு, இந்த மாசம் எக்ஸ்டென்சன் முடிஞ்ச வீட்டுக்குப் போகப் போகுது. ரெண்டாம் பருவத்துக்கு முன்னாடி ஒரு அட்மிஷன் போட்டோம். பொம்பளப்புள்ள, ஒம்பேரு என்னன்னு கேட்டுருக்கு ஆத்தா.... பவளக்கொடி டீச்சர்ன்னு சொல்லிருக்கா, அந்தப் பச்ச மண்ணு, அவக பள்ளிக்கூட நெனப்புல. அதுக்கு அந்த கெழட்டுக் கழுத ஏய் என்ன புதுசா டீச்சர்னு, மிஸ்சுன்னு கூப்புடுன்னு சொல்லி அறைய வந்துருச்சாம் புள்ள!”

கவிதா நீண்ட நாள்களுக்குப் பிறகு வாய்விட்டுச் சிரித்து விட்டாள். கண்களில் கண்ணீர் வந்துவிட்டது.

“அப்பறம் நான் போயி, இங்க வா புள்ள, அது பேத்தி சமஞ்சு குச்சு மறப்பவிட்டு இப்பத்தே வெளிய வந்திருக்கு, அவகளும் அவகள பேத்தி மாதிரியே நெனச்சுகிட்டாக போலிருக்கு. நீயி என்னயக் கூப்பிடுறமாதிரி அம்மான்னே கூப்பிடுன்னு ஆறுதலா சொல்லி விட்டேன்.”

“பாவந்தேன்டி அந்த டீச்சர்!”

“ஆமா, பெரிய பாவம்ல மொத்தத்துல பன்னெண்டு பல்லுதே இருக்கு. செமக்கி கறியத் திண்டு மிழுங்க முடியாது”

எனப் பேசிக்கொண்டே எழுந்துபோய் வகுப்பறையைச் சுற்றிப் பார்த்தாள். பள்ளியின் அலுவலகத் தோரணை ஒரு பெரிய பள்ளியாக இருந்ததைச் சொல்லாமல் சொல்லியது. வில்லன் நடிகர் நம்பியார் நடித்த படங்களில் வரும் அந்த கால் ரவுண்ட் டேபிள், அதற்குப் பின்னால் மண்டைக்குமேல் இருக்கும் சேர், அந்த சேருக்குப் பின்னால் சுவரில் காந்தி, நேரு, சுபாஷ் சந்திரபோசின் மிகப்பெரிய படங்கள், ஏலக்காய் மாலையுடன் பக்கவாட்டுச் சுவர்களில் இந்திரா காந்தி, பாரதியார், பாரதிதாசன், காமராசர் மறுபக்கம் வ.உ.சி., கக்கன், திருப்பூர் குமரன், பகத்சிங் போன்றவர்களின் படங்கள், பெரிய இந்திய வரைபடம். அதனருகில் தமிழ்நாட்டின் வரைபடம் இருந்தது. ஆறடி உயரத்தில் இரண்டு மர பீரோக்கள். அதில் விவேகாநந்தா அரசு ஆரம்பப்பாட சாலை, வெள்ளைத்தேவன்பட்டி *1916* என்று எழுதப்பட்டிருந்தது. நூற்றாண்டைக் கடந்துவிட்ட பள்ளி. கனகாவிற்குப் பிரமிப்பை ஏற்படுத்தியது. அங்கே வீசிய அந்தப் பழைமையின் வாசம், ஒரு பாதுகாப்பான நிம்மதியை ஏற்படுத்தியது. இதுவரை வேலை பார்த்த தலைமை ஆசிரியர்களின் பட்டியல் ஆச்சர்யத்தை ஏற்படுத்தியது. பீரோவின் பக்கவாட்டில் ராட்ஷச மரப்பெட்டிகள் நான்கு, அதில் *1916-1925* என்றும் *1926-1950* என்றும் *1951-1975* என்றும் *1976-2000* என்றும் ஒரு பெட்டி *2001* என்றும் எழுதப்பட்டு பள்ளியின் ஆவணங்கள் பாதுகாக்கப்பட்டுக்கொண்டிருப்பது இன்ப அதிர்ச்சியாக இருந்தது. கனகா இதுவரை வேலை பார்த்த பள்ளிகளில் இப்படி ஒரு பாரம்பரியம் கிடையாது.

“கவி! நீ போராடுறதுல ஒரு அர்த்தமிருக்கு. நான்கூட, இத மூடுனா வேற பள்ளிக்கூடத்துல தூக்கிப் போடப் போறானுங்க, இதுக்குப் போயி இந்தப் புள்ள எதுக்கு இந்தப் பாடுபடுதுன்னு நெனச்சேன். நாம வேல பாக்கற காலத்துல இப்பிடி ஒரு பாரம்பரியம் அழிஞ்சிரக்கூடாது.”

"என் வேலைன்னு ஒரு சுயநலம் இருந்தாலும் 50 சதவீதம் இந்தப் பள்ளியோட பாரம்பரியத்துக்காகத்தான் ஐயா முதற்கொண்டு போராடுறோம். பாவம் ஐயா! பள்ளிக்கூடத்தப் பாத்துப் பாத்து தினமும் கஷ்டப்படுறார்."

அப்போது ராஜேஷ்கண்ணா தலைதெறிக்க ஓடிவந்தான். கவிதாவிற்கு ஒன்றும் புரியாமல் முழித்தாள்.

"கண்ணா! எதுக்கு இப்பிடி ஓடி வர்றே?"

மூச்சு வாங்கினான்.

"மிஸ்! காமாட்சிப் பட்டியிலிருந்து இங்கிலீஸ் பள்ளிக்கூட பஸ் வந்து நிக்குது மிஸ்! அஞ்சாறு மிஸ்சுங்க வீடு வீடாப் போய்ப் பேசிக்கிட்டிருக்காங்க மிஸ்! நம்ம மீனாட்சியோட பாட்டிகிட்டயும் பேசிட்டிருக்காங்க மிஸ்!"

"ஓ! புள்ள புடிக்கிற வண்டியா? ஏய், வாடி! போயி நாலு வார்த்தையின்னாலும் நறுக்குன்னு கேட்டுட்டு வருவோம். அவிங்க என்ன லூசுப்பயலுகளா?"

"சும்மாரு, நீ ஒண்ணு. பெத்தவங்களும் அரசாங்கமும் முடிவு செய்ய வேண்டிய விசயம். இந்தூர்ல குறிப்பா அரசுப் பள்ளியில படிக்கிற புள்ளங்களுக்கு அவங்க பள்ளிக்கூடத்துல பீஸ் கட்டி படிக்க வைக்க முடியாதுன்னு நல்லாவே தெரியும். அந்த 25 சதவீதத்தத் தூக்கிட்டு வந்திருப்பாங்க...சட்டம் போட்டது அரசாங்கம். அதுக்குப் பாவம் 4 ஆயிரம் 5 ஆயிரம் சம்பளம் வாங்குற அந்த டீச்சர்ஸ் என்ன செய்வாங்க? அவங்க மேனேஜ்மெண்ட் சொல்லுது, அத அவங்க செய்றாங்க. மேனேஜ்மெண்ட்டும் இந்தத் திட்டத்த நீக்கிட்டா எப்பவும்போல பள்ளிக்கூடத்தை நடத்தப்போறாங்க".

"கொள்ளப் பள்ளிக்கூடம் இப்படியே போச்சேடி! என்ன பேச முடியும்?"

"ராஜேஷ், நீ அவங்ககூடவே போ. என்ன சொல்லி கேன்வாஸ் செய்றாங்கன்னு கேட்டுட்டு வா."

"சரிங்க மிஸ்!"

அப்போது விண்ணப்பப் படிவங்களுடன் மூன்று இளம் பெண்கள் முதல் தலைமுறை வாக்காளர்களாகத் தங்களைப் பதிவு செய்து ஜனநாயகக் கடமையாற்ற வந்துகொண்டிருந்தார்கள்.

23

கார் டிக்கியில் நோட்டு, பென்சில், ரப்பர், சிலேட்டு அடங்கிய பைகளை நிரப்பி, ஐயாவை முன்சீட்டில் அமர வைத்துக்கொண்டு சமத்துவபுரம் நோக்கிப் பயணித்தது தலைமை ஆசிரியரின் கார்.

“ஆடு, மாடுகள மேச்சிக்கிட்டுப் பள்ளிக்கு வரமாட்டானுங்க. வீடு வீடா போய்க் கெஞ்சுவோம். ஒரு பொம்பளையாளெல்லாம் ஆனா ஆடு மாடு ஒரு 20 உருப்படி இருக்கு. நீங்க வேணும்னா ராத்தலா ஒரு ஓட்டு ஓட்டிட்டுப் போயி மேச்சிட்டு வர்றீங்களான்னு, புண்ணியவான் காமராசு ஐயா மத்தியானம் சாப்பாடு போடுறேன் பள்ளிக்கூடம் வாங்கடான்னார். கெடக்கித் தப்புன ஆடு, மாதிரி ஒவ்வொருத்தனா வந்தான். என்னயை மாடு மேய்க்கச்சொன்ன பொம்பளையோட பையன் இப்ப டி.எஸ்.பியா இருந்து ரிடேடு ஆயிட்டான். பள்ளிக்கூடத்துக்கு வராத புள்ளகள வெரட்டிப் புடிச்சு உள்ள கொண்டு வந்தோம். பத்து வயசுன்னாலும் ஆறு வயசுன்னு போட்டு பள்ளிக்கூடத்துல சேந்த பசங்கல்லாம் இன்னக்கிப் படிச்சி, பெரிய பெரிய பதவியில இருக்கானுங்க இப்பப் பாருங்க?”

மலையாளியின் யூக்லிப்ட்ஸ் பண்ணையைக் கடந்து சென்று கொண்டிருந்தது. யூக்லிப்டஸ் மரங்களைப் பார்த்த ஐயா, “இந்தக் கழுத வர்ற மழையக் கெடுத்து நிலத்தடி நீர பூராம் உறிஞ்சிப்புடுமே?”

“மலையாளி ஒருத்தனோடது, ஓரே எடத்துல 90 ஏக்கர்.”

“இதெல்லாம் கரடு, இத எவன் பட்டா போட்டு வித்தாண்டு தெரியல? ஒரு 50 வருச ரெக்காட பொறட்டுனானுங்கனா, ஊருபட்ட நெலம் அரசாங்கத்துக்கு வரும், செய்யணுமே?”

“காட்ட, மலையச் சுருட்டுறவனுங்களுக்குதேன காலம், சுருட்டுனதும் இல்லாம அரசாங்கத்தோட கட்டுப்பாட்டுல இருக்குற கோவில்கள் எல்லாம் எங்ககிட்ட குடுன்னு சொல்றானுங்க.”

“காடும் பள்ளிக்சுகூடமும் மட்டுந்தான் சமத்துவம் பேசுது, அந்த ரெண்டையும் ஒழிச்சிட்டா மறுபடியும் சனாதானந்தான். எப்பிடியெல்லாம் சுத்தி வருது பாருங்க?”

“பொறியில சிக்கப் போறோம்னு எலிக்கித் தெரியாதுங்கிற மாதிரி நம்மாளுங்களும் போயிச் சிக்கிக்கிறானுங்களே”

“பதவி, பணம், பவுசு வந்துருச்சுல்ல, இதெல்லாம் யாரால வந்திச்சன்னு வட்டியில போட்டு வாயில வக்கிறப்ப ஒரு நிமிசம் யோசிச்சுப் பாத்தா இப்பிடி நடந்துக்க மாட்டானுங்க, நம்மளதே சிந்தனை செய்யவே விடுறதில்லையே.”

சமத்துவபுரம் என்று எழுதப்பட்ட பெரிய ஆர்ச்சைக் கடந்து உள்ளே சென்றது கார். மரத்தடியிலும் திண்ணையிலும் அமர்ந்திருந்தவர்கள் அவர்களாவே காரைப் பார்த்து பேசிக் கொண்டார்கள். வண்டியை ஓரமாக நிறுத்திவிட்டு, இறங்கினார்கள். ஐயா மெதுவாக இறங்கினார்.

இறங்கி நின்ற ஐயா சுற்றும் முற்றும் பார்த்தார். வீடுகள் வரிசையா ஒழுங்காகக் கூடிய இடைவெளியுடன், நேரான சாலையின் இருபுறம் அமைந்திருந்தன. ஒவ்வொரு வீட்டின் முன்பாகவும் மரங்கள் செடி, கொடிகள் நிரந்தர மற்றும் பொய்ப் பந்தல்கள் என ஒரு வித்தியாசமான கிராமத்து அழகுடன் இருந்தது. ஆனால் ஓர் இரண்டு மூன்று குழந்தைகளுடன் சாவகாசமாக குடித்தனம் செய்யும் அளவிற்கு வசதியான வீடுதானா என்றால் அது கேள்விக்குறிதான் “ஆனாலும் இது எந்த ஒரு மாநிலத்திலும் இல்லாத நம் மாநிலத்தில் மட்டுமே ஏற்படுத்தப்பட்ட பெரிய முயற்சி.

ஐயாவை அடையாளம் கண்டுகொண்டு ஒருவர் வந்தார்.

“வாப்பா ஜோசப்பு! சார் இவரு நம்ம தென்னந்தோப்புல தண்ணி பாச்சுறார்.”

“வணக்கம் சார்! சார் புல்லட்டுல போறப்ப, வர்றப்ப பாத்திருக்குறேன்.”

“ஜோசப்பு! நம்ம மாரியப்பன் அதான் எலக்ட்ரீசியன், அவரு வீடு எங்க?”

“அந்தா, அஞ்சாவது வீடு, இப்பதே வீட்டுக்குள்ள போறாப்ல.”

“சரி, நீயும் கூட வா.”

“சார் தான் நம்ம ஊர்ல எட்மாஸ்டர், இவக புதுசா வந்திருக்குற டீச்சர்!”

இருவரும் கையெடுத்துக் கும்பிட்டுக்கொண்டார்கள்.

ஜோசப், மாரியப்பனின் வீட்டு முன்னால் நின்று,

"மாரியப்பா! மாரி!" என்று அழைக்க... பொத்தான்கள் கழற்றப்பட்ட சட்டையுடன் வெளியே வந்தார்."

"ஐயா! வாங்க" ஒரு மரியாதை கலந்த பதற்றத்துடன் பொத்தான்களை மாட்டியபடியே அருகில் வந்தார்.

"ஐயா! டீ போடச் சொல்லட்டுங்களா?"

"இல்லப்பா! பரவால்ல. சார்தான் எட்மாஸ்டர். ஆமா, அவங்க வீடுகள்ல பேசிட்டையா?"

"ம், பேசிட்டேங்கையா!"

"அவக வீட்டுக்குப் போவமா?"

"போலாங்கய்யா" நடந்தபடியே,

"என்ன பேசுன?"

"அதாங்கய்யா! பித்தளப்பட்டி ரொம்ப தொலவெட்டா இருக்கு, அதுல்லாம காசக் குடுத்து மினி பஸ்ஸூலதே போகணும். வெள்ளத்தேவன்பட்டியில சேத்துட்டம்னா அவகளே வண்டிய ஏற்பாடு செஞ்சு புள்ளகளக் கூப்பிட்டுப் போயி மறுபடியும் கூட்டி வந்து விட்டுருவாகன்னு சொன்னோம்"

ஒரு வீட்டின்முன் நின்றார்கள். பெரிய மாட்டுக்கன்று சைசில் ஆடு ஒன்று கொம்புகளில் சங்கிலியைப் பிணைத்து மரத்தில் கட்டியிருந்தார்கள்.

"சொடல ஏப்பா சொடல"

சுடலையைக் காணவில்லை. அவனது மனைவிதான் வெளியே வந்தாள்.

"வாங்கண்ணே! அவரு இன்னும் வேலையவிட்டு வரல, என்ன வெசயம்ணே?"

"அதாம்மா, புள்ளகள வெள்ளைத்தேவன்பட்டி பள்ளிக்கூடத்துல சேக்குற விஷயமா?"

"ஆமாண்ணே! சொன்னாக. நாங்க எல்லாம் கூடிப் பேசுனோம்ணே! அனுப்பறதுல எந்தத் தடங்கலும் இல்ல. புள்ளக வந்துட்டுப் போக மினி பஸ்சுதே இருக்கு. அந்த நேரத்துல பயங்கரக் கூட்டமா வேற இருக்கும். அவிய்ங்களும் ஆளு சிக்குனா போதும்னு வண்டி கொடசாயிறமாதிரி ஆளுகள ஏத்திட்டு வர்றாய்ங்க, வந்து விட்டுட்டுக் கூப்பிட்டு வர்றமாதிரி எங்களுக்கும் தோதுப்படாது."

இந்த விவாதம் வரும் என்று எதிர்பார்த்துதான். தலைமையாசிரியருடன் பேசி ஒரு முடிவுடன்தான் வந்திருந்தாள். அந்தத் திட்டம் பற்றி ஐயாவிடமும் பேசியாகி விட்டது. அதன்படி அதே ஊரில் வசிக்கும் ராஜாங்கம் என்பவரது ஆட்டோவில் குழந்தைகளை ஏற்றி பள்ளியில் இறக்குவதும் மீண்டும் மாலை பள்ளியில் ஏற்றி வீட்டில் கொண்டுவந்து விடுவதற்குமாக மொத்தமாகப் பேசி, அதற்கு உண்டான வாடகையைப் பள்ளியே செலுத்திவிடுவது என்றும் முடிவு செய்து கவிதா தினமும் சமத்துவபுரம் வரை மினி பஸ்ஸில் வந்து சமத்துவபுரத்திலிருந்து குழந்தைகளுடன் ஆட்டோவில் செல்வது எனவும் குழந்தைகளின் பெற்றோரிடம் எடுத்துக் கூற... அவர்கள் ஒத்துக்கொண்டார்கள்.

மாற்றுச் சான்றிதழ் அல்லது அந்தந்தப் பள்ளிகளின் மூலம் எம்மிஸ் எண்ணைப் பெற்று பள்ளியில் சேர்க்கவேண்டியது தலைமை ஆசிரியரின் பொறுப்பு என்கிற உத்தரவாதத்தையும் பெற்றோர்களுக்கு வழங்கி குழந்தைகள் பற்றிய தகவல்களை மாணவர் சேர்க்கை விண்ணப்பத்தில் பூர்த்தி செய்து அதன்படி,

1. முத்தரசன் த/பெ. கோவிந்தன் - 3 ஆம் வகுப்பு
2. கலைச்செல்வி த/பெ. பரமன் – 4ஆம் வகுப்பு
3. கலையரசன் த/பெ புருசோத்தமன் -2 ஆம் வகுப்பு
4. கன்னிகா த/பெ நதி 1 ஆம் வகுப்பு
5. ஜோதிகா த/பெ செல்வராஜ் 2 ஆம் வகுப்பு
6. பீட்டார்பால் த/பெ செபஸ்டின் 2 ஆம் வகுப்பு
7. அரசேந்திரன் த/பெ பாண்டியன் 5 ஆம் வகுப்பு
8. குமரேசன் த/பெ பெத்தனன் 4 ஆம் வகுப்பு

ஆளுக்கொரு புத்தகப்பையை வழங்க... மாணவர்கள் சந்தோசமாக வாங்கிக்கொண்டார்கள். காலம் ஏதாவது ஒரு வகையில் இயற்கை படைத்த ஊயிருக்கு உபகாரம் செய்துவிடும் என்ற நம்பிக்கை மனதில் துளிர் விட்டது. அன்று இரவு கவிதா நிம்மதியாகப் படுத்துத் தூங்கினாள்.

24

சூன் மாதம் பள்ளி துவங்கியதும் வசந்தகாலப் பட்டாம் பூச்சிகளாய்ப் பள்ளி மலர்களில் கல்வித்தேனெடுக்க புத்தம் புதிய உடைகளில், மழலைச் சிரிப்பில் புறப்படுவார்கள். அந்த அழகே அழகுதான்.

தலைமை ஆசிரியர் காலை எட்டு மணிக்கெல்லாம் பள்ளிக்கு வந்துவிட்டார். அது மட்டுமல்லாமல் முதல் நாளே பள்ளிக்கு வந்து கூலி ஆட்களை வைத்து, பள்ளி வளாகத்தைத் தூய்மைப்படுத்தியும் சுகாதாரப்படுத்தியும் வைத்திருந்தார். கவிதா வழக்கமாக வரும் மினி பஸ்ஸில் அல்லாமல் ஆட்டோவில் குழந்தைகளை அழைத்துக்கொண்டு புது வீட்டில் நுழையும் உணர்வுகளோடு நுழைந்தாள். கவிதா ஓர் ஆனந்தப் படபடப்புடன் காணப்பட்டாள்.

தலைமை ஆசிரியர் உள்ளே அமர்ந்திருந்தார்.

கவிதா இறங்கி உள்ளே போனபின்பும் ஆட்டோவைவிட்டு இறங்கிய குழந்தைகள் அப்படியே தயங்கி நின்றார்கள்.

உள்ளே சென்ற கவிதா, குழந்தைகள் பின்னால் வரவில்லை என்பதை உணர்ந்து மீண்டும் திரும்பி வந்து,

“ஏய் கண்ணுங்களா! உள்ள வாங்க” என்று அழைக்க... தயங்கித் தயங்கி உள்ளே சென்றார்கள்.

“வணக்கம் சார்!”

“வணக்கம் டீச்சர்!”

“சார்! சமத்துவபுரம் பசங்க வந்துட்டாங்க.”

“ம்... வாங்க... வாங்க... வெரிகுட்! உள்ளே உக்கார வைங்க.”

கவிதா குழந்தைகளை உள்ளே அழைத்துச் சென்று அமர வைத்தாள். அமர்ந்த குழந்தைகள் தாங்கள் இதுவரை படித்த பள்ளியை மனதிற்குள் ஒப்பிட்டுப் பாரத்துக்கொண்டார்கள். அங்கே இருக்கும் பொருள்களை ஒவ்வொன்றாகக் காண்பித்து, ஒருவரிடம் ஒருவர் யாருக்கும் கேட்டுவிடாதபடி பேசிக்கொண்டார்கள்.

கவிதா, தலைமை ஆசிரியருக்கு முன்னால் உள்ள ரெஜிஸ்டரில் கையொப்பமிட்டு,

“சார் உள்ளூர்ப் பசங்க யாரும் வரலையே சார்?”

“என்னக்கி ஸ்கூல் ரீ ஓபன் பண்ணப்ப எல்லாக் குழந்தைகளும் வந்தாங்க? நாம சம்பளம் வாங்கறோம். நாமதான் வரணும். வருவாங்க”

கவிதா உற்சாகம் மற்றும் உற்சாகமின்மை என இரண்டையும் ஒருசேர அனுபவித்தாள்.

ஆனால், கிராமத்தில் மரம் வைத்தவன் தண்ணீர் ஊற்ற மாட்டானா என்பார்கள். அதுபோல் இந்தப் பாரம்பரியமான பள்ளிக்குத் தண்ணீர் ஊற்றிக் காக்கும் முயற்சி வெற்றியடைந்து விட்டதாகக் கொஞ்சமாக மகிழ்ந்து இதயத்தை ஈரப்படுத்திக் கொண்டாள்.

குழந்தைகளைப் பிரித்து நான்கு மற்றும் ஐந்தாம் வகுப்புக் குழந்தைகளை தலைமையாசிரியரின் வகுப்பிலும் மீதமுள்ள ஒன்று, இரண்டு, மூன்றாம் வகுப்புக் குழந்தைகளைத் தன் வகுப்பிலும் அமர வைத்துக்கொண்டாள்.

தலைமை ஆசிரியர் கிருஷ்ணமூர்த்தி குழந்தைகளுக்குப் பாடம் எடுக்கத் தொடங்கிவிட்டால், உற்சாகமான மனிதராக மாறி, குழந்தைகளோடு குழந்தைகளாக ஐக்கியமாகி விடுவார். ஆடல் பாடல், கிண்டல், கேலி என்று வகுப்பு களை கட்டிவிடும்.

கவிதா பாடம் எடுக்கும்போது மந்திர மகுடிக்குக் கட்டுப்பட்ட ஒரு பாம்பைப்போல் குழந்கைகள் ஐக்கியமாகத் துவங்கி விடுவார்கள்.

பழையபடிக்கு இந்தப் பள்ளி மீண்டெழ வேண்டும் என்று தன் இஷ்ட தெய்வங்களை வேண்டிக்கொண்டாள்.

சரியாக மூன்று மணிக்கு ஐயா வந்தார். வந்து, மெதுவாக வராண்டாவில் அமர்ந்தார். ஜன்னல் வழியாக பார்த்துவிட்டுக் கவிதா வெளியே வந்தாள். தலைமை ஆசிரியரிடம், ஐயா வந்திருப்பதைச் சொல்லிவிட்டு வந்தாள்.

தலைமை ஆசிரியர் எழுந்து வந்து ஐயாவிற்கு வணக்கம் சொன்னார்.

“ஐயா! நீங்க காலைலயே வருவீங்கன்னு எதிர்பார்த்தோம்.”

“ம்... ஆட்டோல பார்த்தேன். சந்தோசம். நாம ஒரு நல்ல காரியம் செஞ்சோம்மா!”

"என்னாச்சுங்கய்யா?"

"திருப்பூர்லர்ந்து ஒரு வல்லாலகண்டே வந்து சேத்தான்ல அவம் பொண்டாட்டி, மாமியார்கூடச் சண்டையப்போட்டு ஆத்தா வீட்டுக்குப் புள்ளகள பத்திக்கிட்டுப் போயிட்டா. 'ஒண்ணு நீ திருப்பூருக்குக் கூட்டிட்டுப் போ. இல்லன்னா நீ வர்ற வரைக்கும் ஆத்தா வீட்டுலயே இருந்துக்கிறேன்'னு சின்னமனூருக்குப் போயிட்டா, அவ அங்க ஒரு ஜவுளிக்கடையில வேல பாக்க தோது பாத்துட்டா. புள்ளகளச் சின்னமனூர்ல ஒரு பள்ளிக்கூடத்துல சேத்திட்டா. அப்பறம் புள்ளயக் கடத்திட்டுப் போயி அடிவாங்குனானே, அவே ஊருலர்ந்து பத்துப் பதினஞ்சு பேர கூட்டியாந்து பஞ்சாயத்துப்பேசி பதினஞ்சு பேரும் கையெழுத்துப்போட்டு நாங்க பொறுப்புண்டு கூட்டிட்டுப் போயிட்டாய்ங்க, அந்த மூணு வயசுல ரெண்டு புள்ளக வந்துச்சே அது அண்டர் ஏஜ், அதுகளையும் ஜானகின்னு ஒரு கொழந்த இருந்துச்சே அதையும் அதே 25 சதவீதம்னு சொல்லுவீங்களே அதையே காட்டி காமாட்சிப் பட்டியிலர்ந்து வந்து கூட்டிட்டுப் போயிட்டாய்ங்க, ஆகக்கூடி உள்ளூர்லர்ந்து ரெண்டே புள்ளகதான் அதுகளும் இந்த வருசம் போயிருச்சு. வெளியூர் புள்ளகதான் இந்தப் பள்ளிக்கூடத்தக் காப்பாத்தணும்னு ஆகிப்போச்சேங்கிறதுதான் ரொம்ப வருத்தமா இருக்கு. அந்தப் புள்ளகள நல்லா பாத்துக்கங்க."

பேசிக்கொண்டே சென்றுவிட்டார்.

உள்ளே சென்று அமர்ந்த கவிதாவிற்குத் தலை வலிக்கத் துவங்கியது. தயாராக தலைவலித் தைலத்தை எடுத்து தலை, தொண்டை எனத் தேய்த்து மூக்கில் வைத்து நன்றாக உறிஞ்சினாள்.

'கால ஓட்டத்தில் இது எந்தவிதமான சுழற்சி என்று புரியவில்லை. இந்த 25 சதவிகித இட ஒதுக்கீடு என்கிற கிருமி இன்னும் எத்தனை அரசுப் பள்ளிகளைக் கபளீகரம் செய்யக் காத்திருக்கிறதோ? இந்த 25 சதவிகிதம் என்பது பெற்றோர்களின் விருப்பப்படி ஆங்கிலக் கல்விதான் காரணம் என்றால் தொடக்கப் பள்ளியில் ஆங்கிலவழிக் கல்வி துவங்கிவிட்டதே? அப்படித் தொடங்கி விட்டபிறகு 25 சதவீதத்தை நிறுத்த வேண்டும் அல்லவா?' கவிதாவின் மனதில் இறங்கிய பாரத்தை இறக்கி வைக்கும் வழி தெரியாமல் குழப்பமான நிலையை அடைந்தாள்.

25

வகுப்புகள் தொடங்கி பதினைந்து நாள்கள் ஆகிவிட்டன. கதம்ப மாலையாய்க் குழந்தைகள் ஒரே இடத்திலிருந்து வந்தாலும் அவர்களை ஒருமுகப்படுத்துவது அவ்வளவு சுலபம் இல்லை. ஆனால் ஒரே வாரத்தில் அவர்களை ஒருமுகப்படுத்துவதிலும் பள்ளிக்கான ஒழுங்கை கடைப்பிடிக்க வைப்பதிலும் கிட்டத்தட்ட தொண்ணூறு சதவிகிதம் கவிதா வெற்றியடைந்து விடடாள். பள்ளி வளாகத்தைத் தூய்மை செய்வதிலிருந்து, வகுப்பறையைப் பேணுவதுவரை சிறிய வகுப்புக் குழந்தைகளுக்குப் பெரிய வகுப்புக் குழந்தைகள், எழுத, எழுத்துக்கூட்டி வாசிக்கப் பழக்கினார்கள். மீதமுள்ள நேரங்களில் தங்களுக்கான பாடங்களைப் படித்தார்கள். இந்த ஆண்டு குழந்தைகளை நிலைநிறுத்திவிட்டால், அடுத்த ஆண்டு இன்னும் பல பிள்ளைகள் சேர்வதற்கான வாய்ப்புகள் இருக்கின்றன.

காபியைக் கலந்து எடுத்துக்கொண்டு அப்பாவிடம் சென்றாள் கவிதா. அவர் பழைய துணியினால் ஆன சாய்வு நாற்காலியில் அமர்ந்திருந்தார். அந்தத் துணியைக் கீழ்ப்புறமும் மேல்புறமும் கம்பியைக்கொண்டு கோர்த்து இணைத்திருந்தார்கள். அந்தத் துணி, தார்ப்பாயைப் போன்று கனமான காடாத்துணி. இந்த நாற்காலி மேலும் கீழும் அசையும்படியாக இருக்கும்.

ஆங்கிலத்தில் இதை ஈஸிசேர் என்பார்கள். அப்பா அதில் அமர்ந்துவிட்டால் சகலமும் மறந்தவராய் மணிக்கணக்கில் அமர்ந்திருப்பார். மெதுவாக ஆட்டும்போது வெளிப்படும் கிரீச் கிரீச் என்ற ஓசைக்கு இதமாய்க் காது கொடுத்து ஆடிக்கொண்டிருப்பார். சில நேரங்களில் அவர் அந்த ஈஸிசேருடன் பேசுவதைப் போன்று இருக்கும். பாப்பா சிறு குழந்தையாக இருக்கும்போது அவர் நெஞ்சில் படுத்து, அவருடனே ஆடிக்கொண்டே அப்படியே தூங்கிப் போவாள். அது எனக்குத் தூங்க வைக்கும் மிகப் பெரிய வேலை மிச்சமாக்கி விடும். அப்பாவிற்கு பழைய தியாகராஜ பாகவதர் பாடல்கள், கண்டசாலா பாடல்கள், டி.ஆர். மகாலிங்கம், ஏ.எம்.ராஜா, பி.பி.ஸ்ரீனிவாஸ் என்று அவர்களில் அவர் சில பாடல்களைத் தேர்வு செய்து கேசட் சிஸ்டம் இருக்கும்போது

பதிவு செய்து கொடுப்பேன். அதைக் கேட்டுக்கொண்டே இருப்பார். அந்தப் பாடல்களை இசைக்கவிட்டு அந்தப் பாடலுடனேயே மூக்கிலேயே முழு பாட்டையும் பாடி முடிப்பார். அந்த ஈஸிசேரின் ஆட்டம் அந்தப் பாடலுக்குத் தானாக அபிநயம் செய்வதுபோல் தோன்றும் ஆனால், அந்த ஈஸிசேரில் அமரும்போதும் எழும்பும்போதும் மிகவும் சிரமப்படுகிறார். இப்போதெல்லாம் ஜன்னல் ஓரத்தில் சேரைப் போட்டு அமர்ந்து ஜன்னல் கம்பிகளைப் பிடித்தபடி உட்காருவதும் எழுவதுமாகக் கொஞ்சம் சுலபமாக்கிக்கொண்டார்.

“அப்பா காபிப்பா, எந்திரிக்கிறியா? இல்ல, அப்டியே உக்காந்துக்கிறியா.”

“குடும்மா! இப்பிடியே வாங்கிக்கிறேன். ஆமா, புதுப் பசங்க நல்லா பழகிட்டாங்களா?”

“இருப்பா! இந்த பிள்ள எங்க போச்சு?”

வெளிவாசல் படியில் வந்து நின்று

“பாப்பா! பாப்பா!”

எதிர்வீட்டிலிருந்து எட்டிப் பார்த்தாள்.

“என்னம்மா?”

“என்ன பாப்பா! எப்பவும் இப்படியே ஒவ்வொரு வீட்டுலயும் போய் உட்காந்துக்கிற?”

“அடப்போம்மா”

“நீ வா, பால் சாப்டு! அப்புறம் போ.”

“வர்றேம்மா!”

“பாப்பா! நீ இப்ப வர்றியா, இல்லியா? அப்புறம் வெளிலவே விடமாட்டேன்”

கோபமாக நடந்து வந்து, உள்ளே புகுந்து நேராக தாத்தாவிடம் சென்று,

“இது உன்னோட வேலையா?”

“ஏய் பாப்பா!”

“அய்யோ, எனக்குத் தெரியாதுப்பா!”

"பாப்பா! என்ன? நான்தான் கூப்பிட்டேன்."

"கெழவா, கெழவா, ஒன்ன..."

என்று கையில் கிள்ளினாள்.

"ஆ அய்யோ..." என்று பொய்யாகக் கத்தினார்.

கிள்ளிவிட்டுப் போய் சோபாவில் அமர்ந்தாள்.

"இந்தா, பாலக்குடி."

"நீ ஏம்மா? பசிச்சா அதக் குடிக்கப்போகுது."

"நீ உன்னோட ஸ்கூல் பசங்களப் பத்தி சொல்லு."

"அவனுங்களுக்கென்னப்பா! போக வர வண்டி காட்டுப்பாதை வேறயா, ஒரே ஜாலிதான். வண்டியில ஏறி வர்றதுக்காகவே பள்ளிக் கூடத்துக்கு வர்றமாதிரி ஆகிப்போச்சு.எப்படியும் இங்க விட்டுப் போகமாட்டானுங்க. வேற ஏதாச்சும் காரணத்துக்காகப் போனாத்தான் குட்டி குட்டி புள்ளகள பாக்கப் பாக்க ஆசையா இருக்கு."

"நானுந்தான குட்டிப்புள்ள!"

நீ என் செல்லப்புள்ள"

"போதும் போதும்..." பெரிய மனுசி மாதிரி பேசினாள்.

அப்போது கைப்பேசி அழைக்கும் சத்தம் கேட்டது

"பாப்பா! ஓவரா பேசாம குடி"

போய் அழைக்கும் பேசியை எடுத்தாள், அதில் தலைமை ஆசிரியர்.

"வணக்கம் சார்!"

"வணக்கம் டீச்சர், திங்கக் கிழம நடுநிலைப்பள்ளி பட்டதாரி ஆசிரியர் பதவி உயர்வு கவுன்சிலிங். நானும் கலந்துக்கிறேன். யாரும் ஸ்டே வாங்கலைன்னா மண்டே நடக்கும். கொஞ்சம் பாத்துக்கோங்க."

"சாரி சார்! அப்ப நீங்க கண்டிப்பா வேற ஸ்கூல் போயிருவீங்களா சார்?"

"டீச்சர்! நான் போனா என்ன? புரோமோஷன்ல வேற ஒரு டீச்சர் வரப்போறாங்க."

“வருவாங்க சார்! ஆனா...”

“என்ன செய்றது டீச்சர் புரோமோஷன் வர்றப்போ வேணான்னு சொல்ல முடியாதே?”

“ஓகே சார்! ஆல் தி பெஸ்ட்.”

“தேங்ஸ் டீச்சர்! பாத்துக்குங்க. வச்சிர்றேன்” வைத்துவிட்டார்.

போனை வைத்துவிட்டு சுவரோடு சாய்ந்து அப்படியே அமர்ந்துவிட்டாள்.

“என்னாச்சும்மா?”

“அடப் போப்பா! நம்ம ஜாதகம் அப்புடி. ஏதாச்சும் ஒண்ணு நல்லது நடந்துட்டா போதுமே, ம் ஹீம்...”

“அட என்னன்னு சொல்லும்மா?”

“எங்க எச்.எம். மிடில் ஸ்கூல் டீச்சரா புரமோஷன்ல போகப் போறாராம்.”

அப்பா சட்டெனப் பதற்றமானார். காபி வைத்திருந்த டம்ளர்கூட கொஞ்சமாக நடுங்கியது.

“ஏம்மா! வர்றவுக எப்பிடி இருப்பாகளோ?”

“அட ஏம்பா! யாரு வந்தா என்ன? நம்ம வேலைய நாம செய்யப்போறோம்.”

அப்படியே பின்னால் சாய்ந்து அமர்ந்துகொண்டார்.

அப்பாவிற்கு மனசு சரியில்லை என்றால் முகம் அப்படியே பாறையாக இறுகிவிடும். கண்கள் ஒளியற்றுப் போகும். வாயைத் திறந்தபடி வாய் வழியாகவும் மூக்கு வழியாகவும் மாறி மாறி மூச்சு விடத் துவங்கிவிடுவார்.

“அட என்னப்பா நீ! வர்றவுக இவரவிட நல்லவங்களா இருந்துட்டா சந்தோசம்தான. நாம ஏன் மாத்தி யோசிக்கக்கூடாது. சமாளிப்போம்.”

சூழலைப் புரிந்துகொண்ட பாப்பா மெதுவாய் எழுந்து வந்து அம்மாவின் மார்பில் சாய்ந்துகொண்டாள். கவிதாவால் இதற்கு மேலும் சூழலைச் சமாளிக்க முடியவில்லை. டம்ளர்களை எடுத்துக்கொண்டு, சமையலறையில் நுழைந்து டம்ளர்களை சிங்கில் போட்டுவிட்டு பெட்ரூமிற்குச் சென்று கட்டிலில் அமர்ந்து கொண்டாள்.

பாப்பா மெதுவாக எழுந்து தாத்தாவின் தாவாக்கொட்டையைச் சுரண்டி,

"தாத்தா! தாத்தா!"

"ம்"

"அழுவாச்சியா"

"இல்லியே....... நீ போயி வீட்டுப்பாடம் எழுது

"ம்." அமைதி... அமைதி... அமைதி...

அமைதியாக இருப்பது சில நேரங்களில் மனதிற்குள் ஒரு பதற்றத்தை ஏற்படுத்திவிடும். அமைதி கவிதாவிற்குப் பதற்றத்தையும் ஒரு பயத்தையும்கூட ஏற்படுத்திவிட்டது.

''கனகாவிற்குப் போன் செய்யலாம்'' என நினைத்தாள்.

26

ஆறு குழந்தைகள் தான் ஆட்டோவில் ஏறினார்கள்.

“அவங்க அம்மா செய்மொறைக்கிப் போயிட்டாங்க மிஸ், அந்தப்புள்ளக குட்டி மேய்க்கப் போயிருச்சிக மிஸ்”

“குட்டி மேய்க்கவா” கவிதாவிற்கு இந்த வார்த்தையே புதிதாய் இருந்தது.

ஆட்டோ டிரைவர் குறுக்கிட்டு.

“டீச்சர், இதெல்லாம் இங்க சர்வ சாதாரணம். ரேசன்ல சாமான வாங்கப் போனாக்கூட குட்டி மேய்க்கப் புள்ளகள அனுப்பிருவாக.

உள்ளோடியிருக்கும் கிராமங்களில் இது போன்ற விடயங்கள் நடப்பதுதான், ஆனாலும் ஆட்டுக் குட்டிகளுக்கு ஏதாவது தீவனம் தயார் செய்து வைத்துவிட்டுச் செல்வோம் என ஏன் பெற்றவர்களுக்குத் தோன்றுவதில்லை. கவிதாவிற்குச் சட்டெனக் கோபம் வந்து போனது.

ஆட்டோ கரட்டு பாதையில் பயணித்தது.

“அந்தா மொச (முயல்)

“அந்தா ரெட்டவா குருவி”

“அங்க பாரு மயிலு”

“ஏலேய் கொட சாலி மரத்தப் பாருடா கொடராட்டினம் மாறி இருக்கு,”

“அங்க பார்றா மொட்டக் கெணறு, அதுக்கு உள்ள ரெண்டு மொடாசு நாகப்பாம்பு இருக்காம்டா, எங்கண்ணே ஒரு நா கெடரி மேக்கப் போறப்பப் பாத்துருக்காண்டா”

என்று அவர்கள் மழலை மொழியில் பேசுவது கவிதாவிற்கு ஓர் இதமான உணர்வை ஏற்படுத்தும். மாலையிலும் இவர்களுடனான பயணம் இனிமையாய் இருக்கும்.

ஆட்டோ பள்ளியின் முன் போய் நிற்க ஒவ்வொருவராக இறங்கினார்கள். ஒரு மாணவன் ஓடிப்போய் சாவி வாங்கிவந்தான்.

“டீச்சர், சாயந்தரம் ஒரு நிச்சயதார்த்தத்துக்குப் போறேன். வேற வண்டிய அனுப்பிவிடுறேன். ”

‘‘பாரவால்லண்ணே... கொஞ்சம் நம்பிக்கையான ஆளா அனுப்பி விடுங்க.”

“சரிங்க டீச்சர்! அதுல ஒரு பிரச்சனையும் வராது.” சொல்லி விட்டு ஆட்டோ டிரைவர், வண்டியை எடுத்துக்கொண்டு சென்று விட்டார். குழந்தைகள் பள்ளியின் உள்ளே சென்றார்கள்.

குழந்தைகள் நல்ல ஆர்வத்துடனே பாடம் படிக்கிறார்கள். புது இடம். புதுச் சூழல். அதோடு சொல்வதைச் சொல்லும் விதத்தில் சொன்னால் புரிந்து கொள்கிறார்கள். நாம் சொல்வது அவர்களுக்குப் புரியவில்லை என்றால் மௌனமாக முகத்திலேயே உணர்த்தி விடுகிறார்கள்.

குறிப்பாகக் கண்கள் காட்டிக்கொடுத்து விடும். ஒரு குழந்தையைப்போல் ஒரு குழந்தை எழுதுவதில்லை என்றாலும் அவை ஒவ்வொன்றும் விலை மதிக்க முடியாத கல்வெட்டுக்கள். உண்மையில் ஒன்றாம் வகுப்பு கற்பிக்கும் ஆசிரியர்கள் எல்லோரும் பாக்கியவான்கள். ஒரு குழந்தை அட்சரத்தைத் தொடங்கும் அந்த அற்புதத்தை அவர்களே காண்கிறார்கள்.

அவர்கள் எழுதிக் காட்டும் பாடங்களுக்கு நாம் ‘ரைட்’ இடும்போது, அந்தக் குழந்தையின் முகத்தில் தோன்றுமே ஒரு மலர்ச்சி, ஒரு பெருமிதம் காணக் கண்கோடி வேண்டும். அந்த வகையில் தொடக்கக் கல்வியைக் கற்பிக்கும் ஆசிரியர்கள் மிகவும் கொடுத்து வைத்தவர்கள்.

ஒரு சிற்பி சிலையை வடிக்கிறான். அது கருவறைக்குச் செல்கிறது. அதை ஆகமம் செய்கிறார்கள். பக்தர்கள் வணங்குகிறார்கள். ஆனால் ஒருபோதும் அந்த சிலை சிற்பியிடம் பேசியதில்லை.

ஆனால், குழந்தைகள் ஆசிரியரோடு பேசுகிறார்கள். வந்து உரசி நிற்கிறார்கள். சுரண்டி சுரண்டிப் பார்க்கிறார்கள். எச்சில் படுத்துகிறார்கள். உடைகளை, கூந்தலைத் தொட்டுப் பார்க்கிறார்கள். சிரிக்கிறார்கள், பிடிவாதம் பிடிக்கிறார்கள். அழுது ஆர்ப்பாட்டம் செய்து அடம் பிடிக்கிறார்கள். நடனமாடுகிறார்கள். பாடுகிறார்கள், தப்புத்தப்பாய்க் கதை சொல்கிறார்கள். பல நேரங்களில் மொழி இலக்கணத்தை மீறுகிறார்கள். விதவிதமாய்ப் பொய்களைச்

சொல்கிறார்கள். இதையெல்லாம் ரசிக்கத் தெரிந்தவர்களே உன்னத ஆசிரியர்களாக உயர முடியும்.

மதியச் சாப்பாட்டு நேரம் குழந்தைகளைச் சாப்பிட வைத்து விட்டு, கொஞ்சநேரம் விளையாட வைத்துவிட்டு, ஓர் இடத்தில், அமர வைத்து, ஒரு பெரிய மாணவனை பொறுப்பில் அமர்த்தி விட்டுச் சாப்பிட உட்காருகையில்,

''கனகா''

"சொல்லுடி?"

"என்ன செய்றடி? எஞ்செல்லம்!"

"ம், சாப்பிடுறேன்."

"நாங்க என்ன மசாஜா பண்ணிக்கிருக்கோம்?"

" நீ செஞ்சாலும் செய்வ, விசயத்தச் சொல்லு?"

"இங்க பார்றா, செல்லக்குட்டி சாப்டா பேசுது."

"எலிமண்றி எச்.எம். புரோமோஷன் கவுன்சிலிங் வர்ற வெள்ளிக்கிழமை."

அநேகமா, சாரதா டீச்சர்தான் வருவாங்கபோல. ரொம்ப நல்லவங்கடி! அன்னிங்கி மீட்டிங்குல அறிமுகம் செஞ்சேன்ல, மில்லு ஓனர் சம்சாரம். காருல... அவங்களேதான்... போன் செஞ்சி உங்க ஸ்கூல எடுக்கச் சொன்னேன். சரின்னு சொன்னாங்க"

"யப்பா... இப்பதான் நிம்மதி."

"சரி, சரி, எங்க ஆத்தா கூப்புடுது... வையி."

"உங்க ஆத்தா மண்டையப் போட்டு பல வருசம் ஆச்சேடி!"

"ஏய்... எங்க எச்.எம்மச் சொன்னேன்டி!"

"லூசு நாயே, வைடி!"

கனகா போனை வைக்கவும் ஒரு வித மகிழ்ச்சி உடம்பெல்லாம, அது நரம்புகளுக்குள் ஊடுருவுவதை உணர்ந்தாள் கவி...

27

இந்தக் குருவிகள் இணையாக வந்து முற்றத்து விட்டத்தில் கூடுகட்டி இரண்டு நாள்கள் ஆகின்றன. என்ன வியப்பு? எவ்வளவு நேர்த்தி? கூடுகட்ட பொருட்களைக் கொண்டுவந்து சேர்த்ததில் எவ்வளவு ஒழுங்கு? பார்க்கப் பார்க்க ஆசையாகவும் பரவசமாகவும் இருக்கிறதே. பழுப்பு நிற மண்டையுடன் பெண் குருவியும் கண்களில் வெள்ளை நிற வளையத்துடன் கறுப்பும் பழுப்பும் கலந்த நிறத்துடன் ஆண் குருவியும் இரண்டும் கொஞ்சி மகிழும் அழகு எல்லாம் கவிதாவிற்கு ஓர் இதமான மகிழ்ச்சியை ஏற்படுத்தியது.

குருவிகளுக்குத் தானியம் இட, ஒரு தட்டில் அரிசியைக் கொண்டு வந்து வைத்தபோது அப்பா, தடுத்து விட்டார்.

"அட ஏம்மா! அதுகளுக்குப் போயி அரிசிய போடுற?"

"அப்பா அதுக பாவமில்லயாப்பா"

"பாவமா? அதுக உன்னைய நம்பியா பொறந்ததுக? கூடு கட்டிச்சே, நாமளா செங்க, சிமெண்ட சொமந்து குடுத்தோம்? அது தனக்குத் தேவையான உணவத் தேடி அலஞ்சு திங்கும். அதுதான் அதோட இயல்பு. அதுகளுக்கு நாம் தானியத்தப் போட்டா அதுக சோம்பேறி ஆகிடும். உணவத் தேடிப் போறப்ப, புழு, பூச்சிகளத் தேடிச் சாப்பிடும். அப்பதான் புழு, புச்சிகளோட இனப்பெருக்கம் கட்டுக்குள்ள இருக்கும். அதுகளுக்குத் தானியத்தப் போட்டு அதுக வேலைய நீ கெடுத்துட்டா உணவுச் சங்கிலி அறுந்து போயிரும், புழு, பூச்சிகளோட எண்ணிக்க சாஸ்தியாகிடும். அந்தப் பூச்சியும் புழுவும் நாம வெதச்ச வெள்ளாமையில் வாய வைக்கும். அதனால எந்த விலங்கும் உன்னையோ, என்னையோ நம்பிப் பொறக்கல. அதுக்கு மனுசப்பயலச் சொல்லு. பொறந்ததுலர்ந்து மண்டையப் போடுறவரைக்கும் பசு மாட்டையே நம்பிக் கெடக்கான். பசுவக் கட்டி வைக்காம அது போக்குல விடு. அது எரையத் தேடி சாப்பிடும். இல்ல, செத்துப் போகும். அதுதான இயற்க.

"ஏம்பா... நீயா.. என்னப்பா! Phd பண்ற விசயத்த சாதாரணமாச் சொல்லிட்ட?"

“ஆமா, இந்தா இந்தப் புள்ள புத்தகத்த வாங்கிப் பாத்தன்ல, பசங்களுக்குச் சொல்றமாதிரி புத்தகம் போடணும். புழு, பூச்சிகளைப் பத்தி தெரிஞ்சவே புத்தகம் எழுதுறதில்ல. உருட்டல் போட்டு பாஸ் பண்ணி வந்தா அவனுக்கு உணவுச் சங்கிலியப்பத்தி என்ன தெரியும்? சங்கிலி வெள்ளியா, தங்கமான்னு கேப்பான்.”

அப்போது குருவிகள் கத்த...

“என்ன சவுண்டு போங்க, போங்க. போயி அலஞ்சு திரிஞ்சு சாப்பிட்டு வாங்க. இங்கெல்லாம் ஒண்ணும் கெடையாது.”

“அதேன போங்க... போங்க.”

இருவரும் பலமாகச் சிரித்தார்கள்.

“என்ன சிரிப்பு? சின்னப் புள்ள படிக்குதேன்னு கொஞ்சமாச்சும் அறிவிருக்கா?” குட்டிக் கவி சீற... பொய்யாக இருவரும் வாயைப் பொத்திக்கொண்டார்கள்.

28

கவிதா அவசரமாகப் பள்ளிக்குப் புறப்பட்டுக்கொண்டிருந்தாள். அப்பா, பாப்பாவை அழைத்துக்கொண்டு சென்றுவிட்டார்.

இன்னும் 20 நிமிடங்கள் இருந்தாலும் ஏனோ அதிகாலை புறப்பாடு என்பது ஒரு விதப் பதற்றமாகவே அமைந்து விடுகிறது.

சீலையைச் சுற்றிக்கொண்டிருக்கும்போதே கனகாவிடமிருந்து போன் வந்தது.

"என்னடி! இந்நேரத்துல?"

"கௌம்பிட்டையா?"

"சேலையச் சுத்திக்கிட்டே இருக்கேன், சொல்லு?"

"அப்ப போயிட்டு சாகவாசமா போன் போடு"

"ம், அதான் சரி. வண்டிய விட்டுட்டா அப்புறம் ஆட்டோவப் புடிக்கணும்."

"ம். சரி, பை!"

தேனியிலிருந்து சின்னமனூர் வந்து மினி பஸ்ஸில் அமர்ந்த பின்பும் காலையில் புறப்படும் பதற்றம் தணியாது இருப்பதுதான் ஆசிரியர்களின் முக்கால்வாசி நோய்க்குக் காரணம்.

மினி பஸ் நின்றதும் இறங்கி, சமத்துவபுரம் செல்கையில் குழந்தைகள் ஆட்டோவில் ஏறித் தயாராக இருந்தார்கள். அதிசயமாக அனைவரும் வண்டியில் ஏறி அமர்ந்திருந்தனர்.

"பரவாயில்லையே, இன்னக்கி எல்லாரும் வந்திருக்கீங்கபோல?" ஆட்டோ புறப்பட்டுச் சென்றதும், ஒரு குழந்தையின் அம்மா சாப்பாட்டுப் பையுடன் ஓடிவந்தார்.

அதைப் பார்த்துவிட்ட குழந்தைகள் சத்தம் போட்டு நிறுத்தினார்கள். வண்டி நின்றதும்.

"பாப்பா! சாப்பாட்டுக் கூடையை விட்டுட்டு வந்துட்டா."

"ஏம்மா! இப்ப நானும் H.Mமும் அந்தப் பாட்டிக்குக் கொஞ்சம்

பணம் குடுத்து நல்லாதான் சமச்சுக் குடுக்குது. பாப்பா அங்கயே சாப்பிடட்டும்.''

"பரவால்ல டீச்சர்! நானும் 9 மணிக்குத்தான் வேலைக்குப் போவேன். அதானால் நான் வீட்டுல சமச்சிருவேன்.''

"சரி.''

"போலாமா டீச்சர்?''

"ம் போங்க.''

"புள்ளைகளா, நம்ம நாட்டுல 30 சதவீதம் பேருக்கு அதாவது 100 பேருல 30 பேருக்கு ரெண்டு வேள சாப்பாடு கெடைக்கிறதில்லையாம். நம்ம மாநிலத்துல அவ்வளவா அந்தப் பிரச்சன இல்ல. ஏன்னா ரேசன்ல இலவசமா அரசாங்கம் அரிசி, பருப்பு, எண்ணெய்ன்னு குடுத்துருது. ஆனா, மத்த மாநிலங்கள்ல அப்பிடி இல்ல, அவங்க ரொம்பக் கஷ்டப்படுறாங்க. வீட்டுலர்ந்து கொண்டுவந்தாலும் பள்ளிக்கூடத்துல சாப்பாட்டாலும் சாப்பட்ட வேஸ்ட் செய்யாம சாப்பிடணும்.''

கோரசாக...

"சரிங்க மிஸ்!''

ஆட்டோ நிற்க... அனைவரும் இறங்கினார்கள். ஒரு மாணவன் சென்று சாவி வாங்கி வந்து, திறந்தான். கவிதா, கனகாவிற்குப் போன் செய்தாள்.

"என்னடி செய்ற?''

"ம்... பள்ளிக்கூடத்துல. நீ என்ன செய்ற?''

"ம்... பரதநாட்டியம் ஆடிக்கிருக்கேன். கேக்குற பாரு கேள்வி? பள்ளிக்கூடத்துலதேன்.''

"சாமி, காலைல என்ன விசயமா கூப்புட்ட?''

ஆமா... நேத்து நியூஸ் பாக்கலையா?''

"இல்ல, என்னவாம்''

"ம்... தொடக்கப்பள்ளி தலைமை ஆசிரியர் கவுன்சிலிங்குக்கு ஸ்டே வாங்கிட்டாங்களாம்.''

"அய்யய்யோ... அப்புறம்?''

“எப்ப நடக்கும்னு தெரியல... உங்க சார் ரிலீவ் ஆகி ஜாய்ன்ட் பண்ணிட்டாரா?”

“ம். அவரு போன வெள்ளிக்கிழமையே ரிலீவ் ஆகிட்டாரே.”

“அப்ப புரமோசன் ஆகி வர்ற வரைக்கும் நீ மட்டுந்தான் பாத்துக்கணும்?”

“ஆண்டவா... நமக்கென்னே, வருவாய்ங்களா?”

“ஸ்டே ஒரு வாரந்தான் நிக்கும். கவுர்மெண்ட் மனசு வச்சா மறுநாளே நடத்தலாம். என்ன செய்றாங்களோ? எதாருந்தாலும் சமாளிக்கலாம்.”

“சரிடி! மதியம் கூப்புடுறேன்.”

மாணவர்கள் குறைவாகவே இருந்தாலும் ஒருவர் ஐந்து வகுப்பு மாணவர்களையும் சமாளிப்பது எளிதானதல்ல...

ஈராசிரியர் பள்ளியில் குறைவாக உள்ள மாணவர்களுக்கு சொல்லிக் கொடுக்க என்ன வந்தது என்று சாதாரணமாகச் சொல்லி விடுவார்கள். ஒரு குழந்தை என்றாலும் 30 குழந்தைகள் என்றாலும் ஒரு பாடத்தை முழுமையாக சொல்லிக் கொடுக்க வேண்டும்.

அதிலும் ஓர் ஆசிரியர் மட்டும் இது போன்ற சூழலில் கற்பிக்கும்போது ஒரு பாடம் அல்ல இரண்டு பாடமல்ல, ஒரு வகுப்பிற்கு ஐந்து பாடங்கள் என்றால் 25 பாடங்களைக் கற்பித்தே ஆக வேண்டும். ஆனால் ஒரு வகுப்பிற்கு ஓர் ஆசிரியர் என்றால் அவர்கள் மனதளவிலே இலகுவான சூழலை அடைந்து விடுவார்கள்.

ஆனால் பத்து பிள்ளைகளுக்கு? இறங்கிப் பார்த்தால்தான் குளத்தின் ஆழம் தெரியும். ஈராசிரியர் பள்ளியில் பணியாற்றினால்தான் அங்கே வேலை பார்க்கும் ஆசிரியர்களின் சிரமம் தெரியும். அல்லது அதைப்பற்றி ஆய்வுப்பூர்வமாகச் சிந்தித்துப் பேசுபவர்களால் மட்டுமே ஈராசிரியர் பள்ளியில் பணிபுரியும் ஆசிரியர்களைப் பற்றிப் புரிந்துகொள்ள முடியும்.

இப்படிச் சொல்லிக் கொடுக்கும் ஆசிரியர்கள் மனதளவில் சோர்ந்துபோய் விடுகிறார்கள். அந்தச் சோர்வு அவர்களுக்கு மன அழுத்தத்தை ஏற்படுத்தி விடுகிறது. அந்த மன அழுத்தம் இதயத்தைப் பாதிக்கிறது. மூளையைப் பாதிக்கிறது. அதனால் சிறுநீரகங்கள் பாதிக்கப்படுகின்றன. அந்தப் பாதிப்பு கல்லீரலையும்

நுரையீரலையும் பாதிக்கிறது. ஆக, ஒரு மனிதனின் நோய்க்கு மூலகாரணம் மனதுதான். அந்த மனதைப்பற்றி எதிர் விவாதம் செய்பவர்கள் நினைத்துப் பார்க்கிறார்களா? ஆசிரியர்களையும் ஆசிரியர் சமூகத்தையும் விமர்சிப்பவர்கள் முழுமையாகப் பள்ளியைப்பற்றியும் அதன் சூழலைப்பற்றியும் அறியாதவர்களாக இருக்கிறார்கள். அதைச் செய்தியாக மாற்றி ஆசிரியர்களின் பிரச்சனையை தங்களின் வேடிக்கையான செய்தியாக மாற்றிப் பரப்பி ஆசிரியர்களைக் கோமாளியாக ஆக்கிவிடுகிறார்கள். இதைப் புரியும்படியாகச் சொல்ல யார் வருவார்கள்? என்ற ஏக்கத்துடன் கவிதாவின் மனம் தவித்தது.

அப்போது அலுவலகத்திலிருந்து போன் வந்தது.

‘இந்த வருடம் சேர்க்கப்பட்ட குழந்தைகள் அவர்களின் விவரம் இன்னும் Emis -இல் ஏற்றி முடிக்கவில்லை. ஆகவே இன்றுக்குள் அந்த விவரங்களை ஏற்றி முடித்து மெசேஸ் அனுப்ப வேண்டும்’ என்று தகவல் கூறினார்கள்.

‘இனி தலைமை ஆசிரியரின் பணியையும் சேர்த்துப் பார்க்க வேண்டும்’ என நினைக்கையில் கவிதா சொல்லவொண்ணாத் துயரத்தை அடைந்தாள்.

29

சின்னமனூரில் சென்று Emis ஏற்றத்தை முடித்துவிட்டு வீட்டிற்கு வர இரவு எட்டுமணி ஆகி விட்டது. பாப்பா பரிதாபமாக எழுதியபடி உட்கார்ந்திருந்தாள்.

அப்பா ஈசி சேரில் உட்காராமல் சோபாவில் அமர்ந்திருந்தார்.

உள்ளே நுழைந்ததும் எழுதிக்கொண்டிருந்த பாப்பா ஓடி வந்து, கட்டிப்பிடித்துக் கொண்டாள்.

"ஏம்மா! பக்கத்து வீட்டுலர்ந்து சொன்னாங்க, என்ன புது வேல?"

"HM இல்லல்ல, அவரு வேலைய அடுத்த HM வர்ற வரைக்கும் நான்தான பாக்கணும்?"

"நல்லா பாத்த என்னய விடு. இது ஒரு நாளாச்சும் ஒன்னைய விட்டுட்டு இருக்குமா?"

"சரி, போய் எழுது. அம்மா பாத்ரூம் போய்ட்டு வந்து தோச செஞ்சிதாறேன்."

"ம்." விலகிப் போய் எழுதுவதற்கு அமர்ந்துவிட்டாள்.

"ஏம் பாப்பா! யூனிபார்ம் கழட்டிட்டு வேற போட்டிருக்கலாம்ல?"

"அடப் போம்மா! ஒனக்குத்தே கஷ்டம் தொவைக்குறதுக்கு, அதான் மாத்தல."

"ஏய்!"

"அட, பாத்தியாம்மா!"

"நல்லா பேசப் பழகிருச்சுப்பா இந்தப் புள்ள"

அமைதியாக அமர்ந்திருந்தாள் பாப்பா.

கவிதா சென்று பைகளை வைத்துவிட்டு பாத்ரூம் சென்று, அடக்கி வைத்த அவஸ்தையை இறக்கி வைத்துவிட்டு, கை, கால் முகம் கழுவிவிட்டு வந்து கொஞ்ச நேரம் பாப்பாவின் அருகில் அமர்ந்தாள். அவள் எழுதுவதைக் கவனித்துவிட்டு,

"பாப்பா! ரெண்டு கோடு நோட்டுல எழுதுறப்ப கோடுல தொடாம எழுதுற பாரு..."

"ம்... என்னன்னு வாசி..."

"ம்... க ரு ங் க ர டி!"

"ம்... வாசிக்க வருதா, அப்ப தொட்டு எழுதுனா என்ன தொடாம எழுதுனா என்ன"

"பாப்பா... எழுத்து அழகா வரணும்னா அப்படித்தான் எழுதணும்..."

"அடப் போம்மா..."

"ஒங்கூட பேசிட்டிருந்தா, என்னால சமைக்க முடியாது."

எழுந்து போய் சட்டினி அரைத்து, தோசை வார்த்து, அப்பாவிற்கும் பாப்பாவிற்கும் குடுத்துவிட்டு தானும் இரண்டு தோசையை வார்த்துக் கொண்டுவந்து வராண்டாவில் அமர்ந்து சாப்பிட்டாள்.

"எப்பம்மா உனக்குத் தலைமை ஆசிரியர் வருவாங்க?"

"வருவாங்க... கொஞ்ச நாள் ஆகும்."

"சமாளிக்க முடியுமா?"

"சமாளிக்காம என்ன, அதுக்குத்தானே இந்த மனுசப் பொறப்பே எடுத்துட்டு வந்திருக்கேன். நீ மாத்திர சாப்பிட்டுத் தூங்குப்பா!"

அப்பா எழுந்துபோய் மாத்திரையை போட்டுக்கொண்டு கழிவறை சென்றுவிட்டு வந்து படுத்துக் கொண்டார்.

"பாப்பா! எப்ப முடிப்ப?"

"ம்... முடியுறப்ப முடிப்பேன்."

"நீ ஒரு நாள்கூடப் படிச்சுப் பாக்கல. எழுதுறத மட்டுந்தான் செய்ற. படிக்கணுமேன்னு லேட் லேட்டா எழுதுறமாதிரி தெரியுது."

"அப்ப எனக்குப் பதிலா எழுது. நான் படிக்கிறேன்."

"ம்... உன்னோட வீட்டுப்பாடத்த, நானு... என்ன நெனச்சிட்டிருக்க நிய்யி?"

பேசாமல் இருந்தாள்.

"முடி சீக்கிரம். எனக்குத் தூக்கம் வருது."

சாப்பிட்டு முடிப்பதற்குள் எழுதி முடித்துவிட்டு, பைக்குள் எடுத்து வைத்துவிட்டு, ஓடிப்போய்க் கட்டிலில் படுக்க,

"பாப்பா! இங்க வா, மரியாதையா பாத்ரூம் போய்ட்டு வந்து படு."

முகத்தை ஒரு மாதிரியாக வைத்துக்கொண்டு பாத்ரூம் சென்றுவிட்டு வந்து, அதே முறைப்புடனே போய்ப் படுத்துக் கொண்டாள்.

"நாயே! போடி பொம்பள மகேஷ்!"

என்று சொல்லி முடிக்கும்முன் குரல் தழுதழுத்துப் போனது கவிதாவிற்கு"

30

கவிதா சமத்துவபுரத்தில் நுழைந்து எப்போதும் ஆட்டோ நிற்கும் இடத்திற்குச் சென்று பார்த்தால், இரண்டு பேர் மட்டுமே ஆடடோவில் அமர்ந்திருந்தார்கள். ஆட்டோ டிரைவரும் காணவில்லை.

"குட்டிகளா! எங்க யாரையும் காணல?"

"மிஸ்! நேத்து எங்க ஊருல கரகாட்டம், மிஸ்! எல்லாரும் நல்லாத் தூங்கிட்டிருக்காங்க."

"ஆட்டோ ஓட்டுறவர் எங்க?"

"எல்லாரையும் கூப்புடப் போயிருக்காரு மிஸ்!"

"ம்... நீங்க மட்டும் வந்திட்டிங்க?"

"நாங்கதான் கரகாட்டம் பாக்கலியே?"

அப்போது இரண்டு பேரைக் கையில் பிடித்து அழைத்து வந்தார். இரண்டு குழந்தைகள் நடந்து வந்தார்கள்.

"என்னாச்சு?"

"அட, டீச்சர் இவிய்ங்களக் கெளப்பிக் கொண்டாரதுக்குள்ள நமக்குப் பைத்தியம் புடிச்சிரும் இன்னக்கி இம்புட்டுதான் டீச்சர்"

"சரி, டைம் ஆகுது. வண்டிய எடுங்க, போகலாம்."

வண்டி புறப்பட்டு மெதுவாக நகரந்து சமத்துவபுரம் ஆர்ச்சைக் கடந்து, வெளியேறி சாலையில் செல்லத் துவங்கியது. வண்டி சென்று கொண்டிருக்கும்போதே எதிர்ப்புறம் பைக்கில் வந்த நபர் ஆட்டோவைக் கை காட்டி மறைத்தார்.

"ஏய்! கரும்பு லாரி சக்கரம் கழண்டு நடுரோட்டுல நிக்கிது. ஆட்டோ போகாது, கம்மா கட்டாப்புல ஏறிப் போயி மாயாண்டி தென்னந்தோப்பு வண்டிப் பாதையில் எறங்கிப் போயிரு."

"சரிண்ணே!"

"வேற பாத இல்லையா?"

"இல்லீங்க டீச்சர்! சமத்துவபுரம் வந்ததுக்கப்புறந்தான் இந்த ரோடு, அவரு சொன்ன ரோடுதான் பழைய ரோடு, போயிரலாம்."

“வண்டி வந்த வழியே கொஞ்சம் பயணித்து கம்மாக் கரையில் ஏறிச் செல்லத் தொடங்கியது. கீழ்ப்புறமுள்ள தோட்டங்களில் இருந்த நடைபாதைகள் வந்து இந்தக் கம்மாய் ரோட்டில் இணைகின்றன. வண்டிகளில், ஆட்டோவில், பைக்கில் என்று வந்து இந்தச் சாலையில் இணைந்துகொள்கிறார்கள். புதுப்பாதைப் பயணத்தில் மாணவர்கள் உற்சாகமடைந்து விட்டார்கள். கவிதாவும் கூடப் புதுமையாய் உணர்ந்தாள்.

இடது புறம் நிறைய பெரிய பெரிய மரங்களும் அவற்றிற்கு இடையே பாதையுமாக இருந்தன. அப்படிப்பட்ட பாதை ஒன்றிலிருந்து தன் மனைவியைப் பெட்ரோல் டேங்கில் அமர வைத்து நிலைகொள்ளா வேகத்துடன் சல்லென்று தோட்டத்துச் சாலையிலிருந்து கம்மாய்ச் சாலையில் ஏறியவன், ஆட்டோ வருவதைக் கவனிக்காமல் தடுமாறி, ஆட்டோவில் மோதாமல் இருக்க... கைப்பிடியை நொடித்ததில் நிதானமிழந்த பைக் கம்மாய்க்குள் உருண்டது. பைக்கில் மோதாமல் இருக்க... நொடித்ததில் நொடியில் ஆட்டோ தோட்டத்திற்குள் உருண்டது.

குழந்தைகள் மரண ஓலமிட்டனர்.

பக்கத்துத் தோட்டங்களில் வேலை செய்தவர்கள், சாலையில் வந்தவர்கள் இருபுறமும் உருண்ட வண்டியை நோக்கி ஓடி வந்தார்கள்.

குழந்தைகள் லேசான காயத்துடனும்

ஆட்டோ டிரைவர் கழுத்து எலும்பு முறிபட்டும்

கவிதா காலிலும் தலையிலும் லேசான மற்றும் பலமான காயங்களுடனும் உயிர் பிழைத்தார்கள்.

குழந்தைகள் அன்று மாலையே வீட்டிற்கு அனுப்பப் பட்டார்கள்.

கவிதாவிடம் கல்வித்துறையும் காவல்துறையும் விசாரணை நடத்தினார்கள்.

கவிதா, விசாரணையின் முடிவில் கல்வித்துறையின் அனுமதியின்றி மாணவர்களை வாகனத்தில் ஏற்றி வந்து, அது விபத்தில் முடிந்த நிகழ்வில், மாணவர்களின் உயிர்களைத் துச்சமென நினைத்துச் செயல்பட்டதாகக் குற்றம் சாட்டப்பட்டு பணியிடை நீக்கம் செய்யப்பட்டாள்.

ஆட்டோவில் வந்த மாணவர்கள் மீண்டும் அவர்கள் படித்த பழைய பள்ளியிலேயே சேர்க்கப்பட்டார்கள்.

31

வெள்ளைத்தேவன்பட்டிக்கு மாற்றுப் பணியாக ஓர் ஆசிரியரை DEO நியமித்தார். அந்த ஆசிரியரும் இரண்டு மாதங்கள் பள்ளியில் இருந்துவிட்டு மாணவர்கள் யாரும் வராத காரணத்தைக் கல்வித்துறைக்குக் கடிதம் மூலம் தெரிவித்தார். தன்னை வேறு பள்ளிக்கு மாற்றும்படி அவர் கூறிய காரணத்தை ஏற்று அவரும் வேறு பள்ளிக்கு மாற்றப்பட்டார்.

நூற்றாண்டு விழா கண்ட ஓர் ஆரம்பப்பாடசாலை, மாணவர்கள் இல்லாத காரணத்தால் மூடப்பட்டது.

அறிவிப்பு

'மாணவர்களின் வருகையின்மையால் பள்ளி 14.08.2017 முதல் காலவரையின்றி மூடப்படுகிறது.'

இப்படிக்கு,

மாவட்டக் கல்வி அலுவலர்,

தேனி.

என்று பள்ளியின் கதவில் நோட்டீஸ் ஒட்டப்பட்டது.

32

'ஆகஸ்டு 15-2017. இன்று தேசியக்கொடியைக் கோட்டை கொத்தளத்தில் மாண்புமிகு முதல்வர் அவர்கள் ஏற்றி வைத்து சிறப்புரை ஆற்றும் நிகழ்வு நேரடி ஒலிபரப்பு' என்று FM ரேடியோவில் ஒலிபரப்பினார்கள். டீக்கடையில் உள்ள மரப்பெஞ்சில் அமர்ந்து டீ குடித்தபடி பள்ளிக் கட்டிடத்தின்முன் கம்பீரமாக நின்ற கொடிக்கம்பத்தை அண்ணாந்து பார்த்தார், இராமசாமி வாத்தியார். கொடியில்லா மொட்டைக் கம்பம்.

அதன் உச்சியில் ஓர் ஒற்றைக் காக்கா அமர்ந்து, கா... கா... என உரக்கக் கத்தியது.

முற்றும்.

www.ingramcontent.com/pod-product-compliance
Lightning Source LLC
LaVergne TN
LVHW090355051026
849518LV00006B/2143
9788119176816